വസന്തത്തിൽ
തരിശാകുന്ന പൂമരം

vasanthathil tharishakunna poomaram
novelets

•

sheeba e k

•

first edition
january 2018

•

second edition
december 2018

•

second impression
january 2021

•

typesetting & published
chintha publishers, thiruvananthapuram

•

cover
ambish

വിതരണം

ദേശാഭിമാനി ബുക്ക് ഹൗസ്

H O തിരുവനന്തപുരം-695 035
phone: 0471-2303026, 6063026
www.chinthapublishers.com
chinthapublishers@gmail.com

ബ്രാഞ്ചുകൾ

ഹെഡ്ഡാഫീസ് ബ്രാഞ്ച് കുന്നുകുഴി • സ്റ്റാച്യു തിരുവനന്തപുരം • കെ എസ്
ആർ ടി സി ബസ് സ്റ്റേഷൻ ആലപ്പുഴ • കെ എസ് ആർ ടി സി ബസ്
സ്റ്റേഷൻ എറണാകുളം • മച്ചിങ്ങൽ ലെയ്ൻ തൃശൂർ • ഐ ജി റോഡ് കോഴി
ക്കോട് • മാവൂർ റോഡ് കോഴിക്കോട് • എൻ ജി ഒ യൂണിയൻ ബിൽഡിങ്
കണ്ണൂർ • സെൻട്രൽ ബസ് ടെർമിനൽ കോംപ്ലക്സ് താവക്കര കണ്ണൂർ

CR - 1982 / 4846
ISBN - 978-93-86637-42-0

വസന്തത്തിൽ തരിശാകുന്ന പൂമരം

(നോവലെറ്റുകൾ)

ഷീബ ഇ കെ

ചിന്ത പബ്ലിഷേഴ്സ്
തിരുവനന്തപുരം-695 035

ഷീബ ഇ കെ

മലപ്പുറം ജില്ലയിലെ പെരിന്തൽമണ്ണയിൽ ജനിച്ചു. പിതാവ്: ഇ കെ സൂപ്പി. മാതാവ്: കെ അയിഷ. *ഭാഷാപോഷിണി* സാഹിത്യാഭിരുചി പുരസ്കാരം, വനിത കഥാപുരസ്കാരം, *മലയാളമനോരമ* കഥാ പുരസ്കാരം, തുളുനാട് നോവൽ പ്രശംസാപത്രം, പൊൻകുന്നം വർക്കി കഥാ പുരസ്കാരം, പായൽ ബുക്സ് കഥാ പുരസ്കാരം, പ്രവാസി ശബ്ദം കഥാ പുരസ്കാരം, റിയാദ് ന്യൂ ഏജ് കമല സുരയ്യ പുരസ്കാരം, ദല – ടി വി കൊച്ചുബാവ കഥാ പുരസ്കാരം, പി പത്മരാ ജൻ കഥാ അവാർഡ്, പച്ചമഷി കഥാ അവാർഡ്, സാഹി ത്യശ്രീ അവാർഡ്, സുവർണ്ണരേഖ അവാർഡ്, അങ്കണം ഇ പി സുഷമ എന്റോവ്മെന്റ്, അവനീബാല കഥാപുര സ്കാരം എന്നിവ ലഭിച്ചു.

വൈ ടു കെ, നീലലോഹിതം, കനലെഴുത്ത് (കഥാസമാ ഹാരങ്ങൾ), ദുനിയ (നോവൽ), അഴിച്ചു കളയാനാവാതെ ആ ചിലങ്കകൾ (ഓർമ്മ) എന്നീ കൃതികൾ പ്രസിദ്ധീക രിച്ചു. *ദുനിയ, നീലലോഹിതം* എന്നീ പുസ്തകങ്ങൾ തമിഴിൽ പ്രസിദ്ധീകരിച്ചിട്ടുണ്ട്. കഥകൾ ഇംഗ്ലീഷ്, കന്നട, തമിഴ്, അസമീസ്, മറാത്തി ഭാഷകളിലേക്ക് വിവർത്തനം ചെയ്യപ്പെട്ടു.

പാകിസ്ഥാൻ എഴുത്തുകാരി ഖൈസ്റ ഷഹറാസിന്റെ നോവൽ *ടൈഫൂൺ*, അഞ്ജലി ജോസഫിന്റെ നോവൽ *സരസ്വതി പാർക്ക്*, വിയറ്റ്നാം ബുദ്ധസന്ന്യാസിയും സമാ ധാനപ്രവർത്തകനുമായ തിച് നാത് ഹാനിന്റെ നോവൽ *ദ് നൊവീസ് (ബ്രഹ്മചാരിണി)*, മൊറോക്കൻ എഴുത്തുകാരി ഫാത്വിമ മർനീസിയുടെ പുസ്തകം *ബിയോണ്ട് ദ് വെയ്ൽ (മുഖപടത്തിനപ്പുറത്തെ നേരുകൾ)* എന്നിവ മലയാളത്തി ലേക്ക് വിവർത്തനം ചെയ്തു.

വിദ്യാഭ്യാസവകുപ്പിൽ സീനിയർ ക്ലർക്കായി മലപ്പുറത്ത് ജോലി ചെയ്യുന്നു.

വിലാസം   :   Sheeba E K
              Haseena Cottage, Hospital Road
              Perinthalmanna 679322
              Malappuram DT
E-mail   :   sheebaek@gmail. com
Mob   :   9495057847

ഉള്ളടക്കം

പ്രസാധകക്കുറിപ്പ്

ഒറ്റയ്ക്ക് നിന്നു പൂത്തുലയുന്ന മരങ്ങൾ പോലെയാണ് ഷീബ ഇ കെയുടെ രചനകൾ. വേറിട്ടു നില്ക്കുമ്പോഴും ഭൂമിയുടെ ആഴപ്പരപ്പുകളിൽത്തന്നെയാണതിന്റെ നില. ഒറ്റ പ്പെടലിന്റെയും പ്രവാസാനുഭവത്തിന്റെയും വിങ്ങലുകൾ പേറുന്ന അഞ്ചുനോവലെറ്റുകളാണ് ഈ കൃതിയിൽ ചേർത്തിട്ടുള്ളത്. വലിയ കൊടുങ്കാറ്റുകളല്ല ചെറിയ ഇല യനക്കങ്ങളാണ് ഇതിലെ കഥാപാത്രങ്ങളെ ഉലയ്ക്കുന്നത്. പ്രകൃതിയും ജനനിബിഡ ഇടങ്ങളും ഈ നോവലെറ്റുക ളിൽ കഥാപാത്രമാകുന്നു. നേർത്ത കുളിരുള്ള ഒരുപ്രഭാതം പോലെ പ്രസന്നമായ ചെറുനോവലുകളുടെ ലോകത്തി ലേക്ക് നമ്മെ കൂടെക്കൂട്ടുന്നു ഈ എഴുത്തുകാരി.

ചിന്ത പബ്ലിഷേഴ്സ്

ചിന്മയിയുടെ വീട്

ഒന്ന്

"കുറേക്കാലമായി അടച്ചിട്ടിരിക്കുകയായിരുന്നു ഈ മുറി." വാതിൽ തുറക്കുമ്പോൾ ജാനുച്ചേച്ചി പതിയെ പറഞ്ഞു. മൃദുവായ ശബ്ദമുള്ള, മെലിഞ്ഞു വെളുത്ത ഒരു അറുപതുകാരിയായിരുന്നു അവർ. നിർമ്മല തയുണ്ടായിരുന്നു ആ മുഖത്ത്. വാതിൽപടിയിൽ അല്പം ശങ്കിച്ചു നിന്നി രുന്ന എന്നെ മറികടന്ന് അവർ അകത്തേക്കു കയറി ജനാലകൾ തുറ ന്നിട്ടു. ഈർപ്പഗന്ധമുള്ളൊരു കാറ്റ് തേയിലച്ചെടികൾക്കു മുകളിലൂടെ അകത്തേക്കിരമ്പിയെത്തി. ആകാശം ചാരനിറത്തിൽ, വിഷാദം ജനിപ്പി ക്കുന്നതായിരുന്നു. മഴക്കാലം ഒരിക്കലും ഇഷ്ടമായിരുന്നില്ലല്ലോ. ഇവി ടെയാണെങ്കിൽ എന്നും മഴക്കാലം പോലെയാണ്. മഞ്ഞും മഴയും. വിവാഹം കഴിഞ്ഞ് ഇവിടെയെത്തിയതു മുതൽ കാണുന്നതെല്ലാം പുതു മയാണ്. ഈ നാട്ടിലെ ഭൂപ്രകൃതി മുതൽ ആളുകളുടെ മുഖഭാവം വരെ എല്ലാം വിചിത്രം. യാത്രയുടെ തുടക്കത്തിൽ അമ്മയുടെ കൺകുഴിക ളിൽ കണ്ട മഞ്ഞുതുള്ളികൾ മാത്രം തേയിലക്കൊളുന്തുകളിൽ തങ്ങി നില്പുണ്ടെന്നു തോന്നി.

വീടിന്റെ പെയിന്റ് മങ്ങിപ്പോയിരിക്കുന്നു. ആരും ശ്രദ്ധിക്കാനില്ലാതെ കിടക്കുന്നതുപോലെ.

"ഇവിടുത്തെ സാധനങ്ങളൊന്നും മാറ്റിയിടരുത്, വെറുതെ പൊടിതട്ടി വൃത്തിയാക്കിയാൽ മതി എന്നു പറഞ്ഞിട്ടുണ്ട് സാറ്. "ജാനുച്ചേച്ചി" പറഞ്ഞു.

"ഞാനിവിടെയൊക്കെയൊന്ന് വൃത്തിയാക്കട്ടെ." മുറിയിലെന്നെ തനി ച്ചാക്കി അവർ താഴേക്കു പോയി.

പഴയ നിലവറപോലെ വിശാലമായ മുറിയാണ്. കട്ടിലും കസേര കളുമൊക്കെ ഒരുഭാഗത്ത് കൂട്ടിയിട്ടിരിക്കുന്നു. തുരുമ്പിച്ച ഒരു അലമാ രയും പഴയ പത്രക്കടലാസുകളും. എല്ലാറ്റിനും മേൽ ചിലന്തിവലകൾ. മറ്റെല്ലാ മുറികളെയും പോലെയല്ല ഈ മുറി. ഇവിടെ തീരെ ആൾപ്പെരു മാറ്റമില്ലെന്ന് ഒറ്റനോട്ടത്തിലറിയാം. മേശപ്പുറത്തെ പൊടിയിൽ വെറുതെ വിരലോടിച്ചപ്പോൾ ശംഖിന്റെ ചിത്രം തെളിഞ്ഞു. പൊടി തട്ടി വൃത്തിയാക്കാൻ മറന്നതാണോ അതോ ആരും കയറാത്ത വിധം അടച്ചുപൂട്ടിയതോ...

ജാനുച്ചേച്ചി പടികയറി വരുന്ന ശബ്ദം കേട്ടു. തുറക്കാൻ അർഹത യില്ലാത്ത വാതിലാണോ അവരെക്കൊണ്ട് നിർബ്ബന്ധിച്ചു തുറപ്പിച്ചത്.

ദീർഘയാത്ര കഴിഞ്ഞുവന്ന ആദ്യദിവസം വല്ലാതെ ക്ഷീണിതയായി പെട്ടെന്നുറങ്ങിപ്പോയി. അതിനടുത്ത ദിവസങ്ങളിലാണ് ജാനുച്ചേച്ചി ബംഗ്ലാവും പരിസരവുമൊക്കെ ചുറ്റിനടന്നു കാണിച്ചുതന്നത്. അപ്പോ ഴൊന്നും ഈ മുറി തുറന്നതുമില്ല. പിന്നീടാലോചിച്ചപ്പോൾത്തോന്നി ഈ മുറിയായിരിക്കും ഇവിടുത്തെ ഏറ്റവും ഭംഗിയുള്ള സ്ഥലമെന്ന്. അതു കൊണ്ടുതന്നെയാണ് അവരെക്കൊണ്ട് അതു തുറപ്പിക്കാൻ ശ്രമിച്ചതും. ഏതായാലും അതുവെറുതെയായില്ല. തുറന്ന ജനാലയിലൂടെ അയഥാർ ത്ഥമെന്നു തോന്നിപ്പിക്കുന്ന പ്രകൃതിദൃശ്യങ്ങൾ, ചിത്രം വരച്ചതുപോലെ..

ഇവിടെയിരുന്നാവും ചിന്മയി കവിതകളെഴുതിയിരുന്നത്. ജനാല തുറ ന്നിട്ടാൽ കാണുന്ന തേയിലത്തോട്ടങ്ങളിലേക്കും നീലമലഞ്ചെരി വുകളിലേക്കും അവരുടെ ഭാവനകൾ വെള്ളിമേഘങ്ങളെപ്പോലെ അലസ സഞ്ചാരം നടത്തിയിരിക്കാം. സ്ത്രീസഹജമായ ഒരു അസൂയ ഉള്ളിൽ നുരയുന്നത് അത്ഭുതത്തോടെയറിഞ്ഞു.

രണ്ട്

സമയംകൊണ്ട് എന്തു ചെയ്യണമെന്നറിയില്ല. ഇവിടെയെത്തിയതു മുതൽ അലട്ടുന്ന കാര്യമതാണ്.

ദിനരാത്രങ്ങളുടെ തണുത്ത ക്ലോക്കിൽ ഒരു നീണ്ട മഞ്ഞുസൂചി ചലിക്കുന്നതു പോലെ കാലം എത്ര പതിയെയാണ് ഇവിടെ കടന്നുപോ കുന്നത്.! വീട്ടിലാവുമ്പോൾ ഒന്നിനും സമയമില്ലാത്ത കുഴപ്പമായിരുന്നു. വീട്ടുപണികൾ കഴിയുമ്പോഴേക്കും തയ്ക്കാൻ കൊണ്ടുവന്നിട്ട തുണി കളുടെ കാര്യമായി. അപ്പോഴേക്കും അമ്മ കിടക്കുന്നിടത്തുനിന്നു വിളിക്കും. കുളിപ്പിക്കാനോ ഭക്ഷണം കൊടുക്കാനോ ഉണ്ടാവും. അങ്ങനെ പുലരും മുതൽ രാത്രി ഏറെ വൈകും വരെയുള്ള അദ്ധ്വാനം.

"എന്നെങ്കിലും എന്റെ കുട്ടിക്ക് ഒരു വിശ്രമമുണ്ടാകുമോ?" ഇടറിയ ശബ്ദത്തിൽ അമ്മയതു ചോദിക്കുമ്പോൾ കേൾക്കാത്തതുപോലെ ദേഹം നനച്ചു തുടയ്ക്കുകയോ ഭക്ഷണം ഉടച്ചു കൊടുക്കുകയോ ചെയ്യുന്നതിൽ മുഴുകും. നാലുവർഷമായി അമ്മ കിടപ്പിലായിട്ട്. ബി പി കൂടി പെട്ടെന്നു തളർന്നു വീഴുകയായിരുന്നു. ജീവൻ തിരിച്ചു കിട്ടിയതു തന്നെ ഭാഗ്യം.

"എന്റെ കുട്ടി ഒറ്റയ്ക്കായിപ്പോവുമല്ലോ എന്ന പേടി മാത്രമേയുള്ളൂ."
കാണാൻ വരുന്നവരോടൊക്കെ അമ്മ അതുമാത്രം പറഞ്ഞു.

വയസ്സ് മുപ്പത്തിയേഴായിട്ടും വിവാഹഭാഗ്യമില്ലാതെ വീട്ടിൽ നരകി
ക്കുന്ന മകൾ ഏതമ്മയുടെയും മനസ്സിലെ തീയാണ്. വലിയ വിദ്യാഭ്യാ
സമില്ല, ജോലിയില്ല, ജ്വലിക്കുന്ന സൗന്ദര്യവുമില്ല. അനിയന്റെ കുടുംബ
ത്തോടൊപ്പം മുറുമുറുപ്പുകൾക്കിടയിൽ കഴിഞ്ഞു കൂടുന്നു. കൈയിലെ
ന്തെങ്കിലുമുണ്ടാവട്ടെ എന്നു കരുതി രാവുപകലാക്കി അയൽപ്പക്കക്കാ
രുടെ വസ്ത്രങ്ങൾ തയ്ച്ചു കൊടുക്കുന്നു.

പത്തുപതിനെട്ടു വയസ്സിലൊക്കെ കാണാൻ നല്ല ഭംഗിയായിരുന്നു.
സ്കൂളിലേക്കും കോളജിലേക്കും പോകുന്ന വഴി സൈക്കിളിൽ പിന്നാലെ
വരുന്ന പൂവാലൻമാർ നോട്ടമിട്ടിരുന്നു. കല്യാണം നടക്കാൻ എളുപ്പമായിരി
ക്കുമെന്ന് എല്ലാവരും കരുതിയിട്ടും വിധി ജാതകദോഷമെന്ന പേരിൽ
വിപരീതമായി. വന്ന ആലോചനകളെല്ലാം മുടങ്ങിപ്പോയി. ഒടുവിൽ ആരും
വരാതെയായി. അതിനിടയിൽ അനിയനും അനിയത്തിയും വിവാഹിതരായി.
അവർക്ക് കുട്ടികളായി. അമ്മയ്ക്കെപ്പോഴും ആധി മകളെക്കുറിച്ചായിരുന്നു.

ഒടുവിൽ ഭാനുപ്രകാശിന്റെ രണ്ടാം ഭാര്യയായി ഇവിടേക്കു വന്നതും
ആ ആധിയുടെയും കണ്ണീരിന്റെയും ആഴം കുറയ്ക്കാൻ വേണ്ടിയായിരുന്നു.

സ്വന്തം ആധികളുടെയും കണ്ണീരിന്റെയും വേരാഴങ്ങളിൽ എത്ര
കാലം വേണമെങ്കിലും ആഴ്ന്നു കിടക്കാം. പക്ഷേ, അന്തിത്തിരി പോലെ
മുനിഞ്ഞു കത്തുന്ന അമ്മയെ വിഷമിപ്പിക്കാൻ വയ്യ.

മൂന്ന്

വിധി ചിലർക്ക് സ്വന്തമായി ഒരാളെയും സ്നേഹിക്കാൻ മുമ്പിൽ
കൊണ്ടുവന്നു തരികയില്ല. ഭാനുപ്രകാശിന്റെ വിവാഹാലോചന വന്ന
പ്പോൾ ആരോടും പ്രണയം തോന്നാതിരുന്നത് നന്നായി എന്നു തോന്നി.
താരതമ്യപ്പെടുത്തി വേദനിക്കാനും ജീവിതകാലം മുഴുവൻ നഷ്ടബോധ
ത്തോടെ ഓർത്തിരിക്കാനും ഒന്നുമുണ്ടായില്ലല്ലോ.

ഭർത്താവിനെക്കുറിച്ചുള്ള സങ്കല്പങ്ങളിലൊന്നും ഭാനുപ്രകാശിനെ
പ്പോലെയൊരാൾ ഉണ്ടായിരുന്നില്ല. തേയിലത്തോട്ടങ്ങളും ഫാക്ടറിയുമുള്ള,
ഭാര്യ മരിച്ച ഒരു മധ്യവയസ്ക്കനെ ഏത് അവിവാഹിതയാണ് സ്വപ്നം കാണുക!

വിധിച്ചത് അതാണ്. എല്ലാ സൗകര്യങ്ങളും പ്രൗഢിയുമുള്ള വീട്.
നിറയെ ജോലിക്കാർ. ഏകാന്തതയെ മറികടക്കാൻ സ്വന്തമായി ഒരാൾ
വേണമെന്ന തോന്നലാണ് രണ്ടാമതും വിവാഹം കഴിക്കാൻ പ്രേരിപ്പിച്ച
തെന്ന് ഭാനുപ്രകാശ് അനിയനോടു പറയുന്നതു കേട്ടു. അദ്ദേഹത്തോടു
സംസാരിക്കുമ്പോൾ ഭവ്യത കൊണ്ടും ആഹ്ലാദം കൊണ്ടും അവൻ ചുരു
ങ്ങിപ്പോവുന്നതു കണ്ട് സഹതാപം തോന്നി.

പാവം. ജീവിതത്തിന്റെ രണ്ടറ്റങ്ങൾ കൂട്ടിമുട്ടിക്കാൻ അവൻ പെടുന്ന
പാട്..

പക്ഷേ, ഇവിടെ വന്നതുമുതൽ വല്ലാത്തൊരു അപകർഷതയോ അസ്വസ്ഥതയോ പിറകിലേക്കു വലിക്കുകയാണ്. സാമ്പത്തികമായ അന്തരങ്ങളല്ല അതെന്ന് പതിയെ തിരിച്ചറിയാനായി. പൂമുഖത്തെ വലിയ ക്ലോക്കിനു മുകളിലായി ചില്ലിട്ടു മനോഹരമാക്കിയ ആ വലിയ ഫോട്ടോ-വഴി മുടക്കി നില്ക്കുകയാണത്തെന്നാണ് ആദ്യം കണ്ടപ്പോൾ തോന്നിയത്. നേർത്തൊരസ്വസ്ഥതയുടെ ചില്ലുതരികൾ ഉള്ളിലേക്കു ചൊരിഞ്ഞിട്ടു അത്. ഭാനുപ്രകാശിന് ഈ ഫോട്ടോ എടുത്തു മാറ്റാമായിരുന്നു, എന്നിട്ടും.

അകാലത്തിൽ ഇല്ലാതായിപ്പോയ ചിന്മയിയുടെ സ്ഥാനത്തേക്ക് അത്ര പെട്ടെന്നൊന്നും കയറിച്ചെല്ലാനാവുകയില്ലെന്ന ഭയം. അദൃശ്യമായ ഒരു സമുദ്രം ഞങ്ങൾക്കിടയിൽ അലയടിക്കുന്നതുപോലെ..

<h1 style="text-align:center">നാല്</h1>

ചിന്മയി കവിതകളെഴുതിയിരുന്നുവെന്നു പറഞ്ഞത് ഭാനുപ്രകാശിന്റെ ചെറിയമ്മയാണ്. വല്ലാത്തൊരിഷ്ടവും ആരാധനയും അവരെക്കുറിച്ചു പറയുമ്പോൾ ചെറിയമ്മയുടെ കണ്ണുകളിലുണ്ടായിരുന്നു. ഭാനുപ്രകാശിന്റെ മുഖത്തും അതേഭാവം തന്നെയായിരുന്നല്ലോ. ചെറുപ്പത്തിലേ അമ്മ മരിച്ചുപോയതുകൊണ്ട് ചെറിയമ്മയാണ് ഭാനുപ്രകാശിനെ വളർത്തിയത്. തന്റെ വിവാഹത്തോടെയാണ് ഭാനുപ്രകാശ് ഒറ്റയ്ക്കായിപ്പോയത് എന്ന് കുറ്റബോധത്തോടെ ചെറിയമ്മ പറയുകയുണ്ടായി. അവരുടെ അകന്ന ബന്ധുവായിരുന്നു ചിന്മയി. ഭാനുപ്രകാശിന് അവളെ വിവാഹമാലോചിച്ചതും ചെറിയമ്മ തന്നെയാണ്. അതു വെറുതെയായില്ല. ഭാനുപ്രകാശിന്റെ ജീവിതത്തിന്റെ വെളിച്ചമാകാൻ അവൾക്കു കഴിയുകയും ചെയ്തു. അവളുടെ മരണശേഷം ചെറിയമ്മയുടെ നിരന്തരമായ പ്രേരണയുണ്ടായിട്ടും മറ്റൊരു വിവാഹം കഴിക്കാൻ ഭാനുപ്രകാശ് തയ്യാറായില്ല. ഒടുവിൽ സ്ട്രോക്ക് വന്ന് ചെറിയമ്മ ആശുപത്രിയിലായപ്പോഴാണ് അയാൾ ഈ വിവാഹത്തിനു തയ്യാറായത് എന്നുകൂടിപ്പറഞ്ഞാണ് അവർ സംഭാഷണം അവസാനിപ്പിച്ചത്. ചിന്മയിയുമായി ബന്ധപ്പെട്ടവരുടെയെല്ലാം കണ്ണുകളിൽ തെളിഞ്ഞുകണ്ട ആരാധനാഭാവം എന്തുകൊണ്ടോ ആധിയുണർത്തി. കവിതകളോട് ഭ്രമമായിരുന്നു എന്നും. കവിത ക്ലാസിലിരുന്ന് സ്വപ്നം കാണാമല്ലോ എന്ന മോഹം കൊണ്ടാണ് മലയാളം തന്നെ പഠിക്കാൻ തെരഞ്ഞെടുത്തത്. ഭംഗിയായി കവിത ചൊല്ലിയിരുന്നു അക്കാലത്ത്. പക്ഷേ, ഒരിക്കലും ഒരു വരിപോലും എഴുതി പ്രതിഫലിപ്പിക്കാൻ കഴിഞ്ഞിട്ടില്ല. പഠിത്തം നിർത്തി പ്രാരാബ്ധങ്ങൾ വന്നു കയറിയ കാലങ്ങളിൽ കവിതകളും എവിടെയോ ചിതലരിച്ചു തീർന്നു. ഇപ്പോൾ, ചിന്മയി കവിതകളെഴുതിയിരുന്നുവെന്നു കൂടിക്കേട്ടപ്പോൾ ഉള്ളിലെ അപകർഷതയുടെ മേൽക്കുപ്പായത്തിന് കട്ടി കൂടുന്നതായിത്തോന്നി.

സമുദ്രം ഒഴിഞ്ഞുപോയിടത്തേക്കാണോ ഒരു നീർച്ചാലുപോലെ ഞാ

നെത്തിയത്. ഭാര്യ, ഭർത്താവ് എന്നതിനേക്കാളുപരി ഭാനുപ്രകാശിനോട് തോന്നിയിരുന്നത് ഒരു വിധേയത്വമായിരുന്നല്ലോ. ദാരിദ്ര്യത്തിൽ നിന്നും അരക്ഷിതത്വത്തിൽനിന്നും കൈപിടിച്ചു കയറ്റിയവനോടുള്ള കൂറ്.

വിവാഹച്ചടങ്ങുകഴിഞ്ഞ് ഭാനുപ്രകാശിനോടും ചെറിയമ്മയോടു മൊപ്പം ഇവിടേക്കു വരുമ്പോൾത്തന്നെ കണ്ണിൽപ്പെട്ടിരുന്നു ചിന്മയിയുടെ പഴയകാല ചിത്രം. നവവധുവായൊരാൾ കയറിവരുമ്പോഴും ചുമരിൽ തൂങ്ങിക്കിടന്നിരുന്ന ആദ്യഭാര്യയുടെ ഫോട്ടോ എടുത്തുമാറ്റാത്തത് മന പ്പൂർവ്വമോ അതോ ഞാൻ രണ്ടാം സ്ഥാനക്കാരിയാണെന്ന് ഓർമ്മിപ്പി ക്കാൻ വേണ്ടിയോ എന്നൊരാശങ്ക മാത്രം പലപ്പോഴും അവ്യക്തതയോടെ ഉള്ളിൽ കറങ്ങിത്തിരിഞ്ഞുകൊണ്ടേയിരുന്നു. തേയിലച്ചെടികൾക്കിടയിൽ ഉരുകാൻ മടിച്ചു നില്ക്കുന്ന പുലർകാലത്തെ മഞ്ഞുപാളികൾ പോലെ...

അഞ്ച്

ഒറ്റയ്ക്കാവുമ്പോൾ ചിലപ്പോൾ ആ ഫോട്ടോക്കു മുമ്പിൽ ചെന്നു നില്ക്കും. വല്ലാത്തൊരു ആജ്ഞാശക്തിയുണ്ടായിരുന്നു ആ മുഖത്തിന്. അതേസമയം പൂപോലെ സൗമ്യവുമായിരുന്നു അത് എന്നത് എന്നെ അത്ഭുതപ്പെടുത്തിക്കൊണ്ടിരുന്നു. മാറി നില്ക്ക് എന്നു പറഞ്ഞാൽ ഞൊടി യിടയിൽ മാറി നില്ക്കാനുള്ള തോന്നലുണ്ടാക്കാനുള്ള ആജ്ഞാശക്തി സ്ഫുരിക്കുന്ന അത്തരമൊരു മുഖം ആദ്യമായി കാണുകയായിരുന്നു.

സൗന്ദര്യത്തിലുപരിയായി ചൈതന്യം നിറഞ്ഞതായിരുന്നു ആ മുഖം. എവിടെയും കാണാത്ത ഒരു ഊർജ്ജപ്രവാഹം പ്രസരിക്കുന്നതു പോലെ. ആ ജ്വാലയിൽ ഞാൻ സ്വയം ഉരുകിത്തീരുന്നതുപോലെ. ഉള്ളിലെ അപകർഷത വീണ്ടും പത്തിവിടർത്തുന്നു.

മഴ മാറി മഞ്ഞുകാലം വരാറായെന്ന് മലഞ്ചെരുവുകളിലേക്കു നോക്കി ജാനുച്ചേച്ചി ആത്മഗതം പോലെ പറഞ്ഞു. ഇത്രകാലവും കരു തിയത് ഇത് മഞ്ഞുകാലമാണെന്നാണ്. മൂടൽമഞ്ഞുപോലെ സദാ വെള്ള പുതപ്പിനുള്ളിൽ പ്രകൃതിയെ മൂടിയിരുന്നത് മഴക്കാലമാണെന്ന് അറി ഞ്ഞതേയില്ല. ശബ്ദമില്ലാതെ, ചെറിയ വെളുത്ത സൂചികൾ ഭൂമിയിലേ ക്കെറിഞ്ഞു വീഴ്ത്തുന്ന ഇത്തരമൊരു മഴക്കാലം പുതുമയായിരുന്നല്ലോ. മഴ പതിയെ മാറി. സദാസമയവും വിളറിക്കിടക്കുന്ന ആകാശത്തിനു കീഴെ വെള്ളിരേഖ പോലെ മലനിരകൾ അവ്യക്തമായി കാണാറായി. ഇടയ്ക്ക് ചാറ്റൽ മഴ പെയ്യും. സൂചികുത്തുന്നതുപോലെ തണുപ്പ് അരിച്ചു കയറുന്നത് വല്ലാതെ അസ്വസ്ഥതയുണ്ടാക്കി. തീർത്തും അപരിചിതമാ യിരുന്നു ആ കാലാവസ്ഥ.

ജാനുച്ചേച്ചി നെരിപ്പോടു കത്തിച്ച് വീടിനകം ചൂടും സുഗന്ധവും നിറയ്ക്കും. അപ്പോൾ വല്ലാത്തൊരു സുരക്ഷിതത്വവും തോന്നും. അതി നെക്കുറിച്ചോർക്കുമ്പോൾ അമ്പരപ്പും തോന്നും.

വിവാഹം കഴിഞ്ഞ് ഇത്ര നാളുകളായിട്ടും ഭാനുപ്രകാശ് ഒരിക്കലും

മുറിയിലേക്കു വന്നതേയില്ല എന്നത് വല്ലാതെ അത്ഭുതപ്പെടുത്തുകയും ആശ്വാസം നല്കുകയും ചെയ്തു. മദ്ധ്യവയസ്കനായ, വിഭാര്യനായ പുരുഷനെ എങ്ങനെ നേരിടുമെന്ന ആശങ്കയായിരുന്നു വിവാഹം നിശ്ച യിച്ചതു മുതൽ. സൗമ്യതയോടെയാവുമോ അയാൾ ഇടപെടുന്നത്. ഓരോ നിമിഷവും പടി കയറി വരുന്ന കാലൊച്ച പ്രതീക്ഷിച്ച് ചകിതയായി ഉറ ങ്ങാതെ കിടക്കുകയായിരുന്നു കഴിഞ്ഞ ദിവസങ്ങളിൽ.

പക്ഷേ, ഒന്നും സംഭവിച്ചില്ല. രാവിലെ നേരത്തെ തോട്ടത്തിലേക്ക്, പിന്നെ പ്രാതലിനു ശേഷം ഫാക്ടറി. മിക്കവാറും രാത്രി ഏറെ വൈകും തിരിച്ചെത്താൻ.

"ഗീത ഉറങ്ങിക്കോളൂ. ഭക്ഷണം മേശപ്പുറത്തു വച്ചാൽ മതി." വൈകിയാൽ വിളിച്ചു പറയും.

വിവാഹം കഴിഞ്ഞുവന്ന ദിവസം തന്നെ "ഗീതയ്ക്ക് മുറി കാണിച്ചു കൊടുക്കൂ" എന്നു പറഞ്ഞ് ഭാനുപ്രകാശ് സ്വന്തം മുറിയിൽ കയറി വാതി ലടച്ചപ്പോൾ വല്ലാത്തൊരു ആശ്വാസം തോന്നി. സത്യത്തിൽ അന്നു മുത ലാണ് സുരക്ഷിതത്വം തോന്നിത്തുടങ്ങിയത്. ചുറ്റും തണുത്ത മഞ്ഞു മഴ പെയ്യുമ്പോൾ, ഇളം ചൂടും സുഗന്ധവും വെളിച്ചവുമുള്ള ഒരു കൂടാ രത്തിൽ സമാധാനത്തോടെ കണ്ണടയ്ക്കാനാവുന്നുവെന്ന ആശ്വാസം. ഭാനുപ്രകാശ്, ഇടനാഴിയുടെ അറ്റത്തുള്ള ഓഫീസ് മുറിയിൽത്തന്നെ യാണുറങ്ങുന്നത്. അതിനുമപ്പുറത്താണ് ഞാനുറങ്ങുന്ന മുറി. മൂന്നു ജനാ ലകൾ തുറന്നിട്ടാൽ വിവിധഭാവങ്ങളിലുള്ള മലഞ്ചെരിവുകൾ കാണാ നാവുന്ന ഭംഗിയുള്ള കിടപ്പുമുറിയാണത്. എങ്കിലും, ഈ പൊടിയണിഞ്ഞ ജനാലകൾ തുറക്കുമ്പോൾ മനസ്സിലാക്കാനായി, ഈ വീട്ടിലെ ഏറ്റവും ഭംഗിയും സ്വസ്ഥതയുമുള്ള മുറി മുകൾ നിലയിലെ ഏറ്റവും അറ്റത്തു ള്ള ഈ മുറിയാണെന്ന്. സ്വപ്നം കാണാനും സ്നേഹവിഭ്രമങ്ങളിൽ പ്പെട്ടുഴലാനും മാത്രമായൊരു മുറി! ചിന്മയിയുടെ സ്വകാര്യസാമ്രാജ്യം....

ആറ്

"ഈ വീട്ടിലെ ഓരോ സാധനവും ഇന്നയിന്ന സ്ഥാനങ്ങളിൽ സ്ഥാ പിച്ചത് ആ കുട്ടിയാണ്. അതു പോയേപ്പിന്നെ ആരും അതു മാറ്റിവെച്ചിട്ടില്ല. ഓരോ മുറിക്കും ചേർന്ന പെയിന്റും കർട്ടനും ഒക്കെ തെരഞ്ഞെടുത്തതും ആ കുട്ടി തന്നെയാ. അതിന്റെ കൈയെത്താത്ത ഒരു സ്ഥലം പോലുമില്ല ഈ വീട്ടിൽ. എല്ലാറ്റിനും ഭയങ്കരചിട്ടയായിരുന്നു ആ പെൺകൊച്ചിന്."

ജാനുച്ചേച്ചി കറിക്കരിയുകയായിരുന്നു. ചിന്മയിയെക്കുറിച്ച് കൂടുത ലറിയാൻ വേണ്ടി ചോദിച്ചപ്പോൾ അവർ മടിച്ചു മടിച്ചു സംസാരം തുടങ്ങി.

"സാറിനാ കാര്യം പറയുന്നതിഷ്ടമില്ല. അത്രയ്ക്കുണ്ടായിരുന്നു സങ്കടം. കല്യാണം കഴിഞ്ഞ് ആ പെങ്കൊച്ചു വരുന്ന വരുന്ന സമയത്ത് എന്തായിരുന്നു ഇവിടെ ബഹളം. സാറും കുറേ കൂട്ടുകാരും കുടിയും തീറ്റയും." ജാനുച്ചേച്ചിയുടെ മുഖം ആരാധനയാൽ വിടരുന്നതും

നോക്കി ഞാനിരുന്നു.

"ആ കുട്ടി എത്തിയ കാലം തൊട്ട് സാറ് ആളാകെ മാറി. ചാടിക്കടി ക്കുന്ന സംസാരമൊക്കെ മാറ്റി. സാറിന്റെ മനസ്സിലിത്ര സ്നേഹമുണ്ടെന്ന് ഞങ്ങൾക്കൊക്കെ മനസ്സിലായത് അതിനു ശേഷമാ. കുടി നിർത്തി. എപ്പോഴും കുടുംബത്തോടൊപ്പമുണ്ടാകണമെന്ന ഒരേയൊരാഗ്രഹം."

ഞാൻ കരുതിയതുപോലെ, പിടിച്ചു നിർത്തുന്ന ആജ്ഞാശക്തിയുള്ള കറുത്തു വിടർന്ന കണ്ണുകൾ എന്നെ വീണ്ടും അലോസരപ്പെടുത്തി.

"ആ കൊച്ച് എപ്പോഴും വായനയും എഴുത്തും തന്നെയായിരുന്നു. ചിലപ്പോൾ ഈ ലോകത്തൊന്നുമല്ല ജീവിക്കുന്നതെന്നു തോന്നും. സാറിന്റെ കൂട്ടുകാരായ വലിയ വലിയ എഴുത്തുകാരും സിനിമക്കാരു മൊക്കെ ഇവിടെ വരും. അവരൊക്കെപ്പറയും കവിതകളൊക്കെ അച്ചടി ക്കണമെന്ന്. പക്ഷേ, ആ കുട്ടിക്കതൊന്നും ഇഷ്ടമായിരുന്നില്ല."

"അവരെങ്ങനെയാ മരിച്ചത്..?" ആകാംക്ഷയോടെ ഏറെക്കാലമായി മനസ്സിൽ കൊണ്ടു നടന്നിരുന്ന ആ ചോദ്യം അറിയാതെ വഴുതി വീണു.

"അവർക്കേതോണ്ട് വയ്യാതായി. എന്താണെന്ന് എനിക്കറിഞ്ഞൂടാ. മൂന്നു ദിവസമേ ആശുപത്രിയിൽ കിടന്നുള്ളൂ. മൂന്നാംദിവസം വെളുപ്പാൻ കാലത്ത്.."

അവർ മുഖം താഴ്ത്തി കണ്ണു തുടച്ചു.

"എനിക്കോർക്കാൻ വയ്യ കുട്ടി ആ കാലമൊന്നും. ആത്മഹത്യയാ ണെന്ന് ആ കുട്ടിയുടെ വീട്ടുകാർ പരാതി കൊടുത്തു. കേസൊക്കെ ഉണ്ടായി. പക്ഷേ, സാർ വളരെ സങ്കടപ്പെട്ടിരുന്നു. അതു ഞാൻ കണ്ടിട്ടു ള്ളതാണ്. ആരും പറഞ്ഞു തന്നിട്ടില്ല, എന്താണാ കുട്ടിക്കു പറ്റിയതെന്ന്. പകൽസമയത്തൊക്കെ ആ കുട്ടി മുകളിലെ മുറിയിലായിരിക്കും. കുട്ടി കളില്ലാത്ത സങ്കടം അതിനെ വല്ലാതെ അലട്ടിയിരുന്നു."

ജാനുച്ചേച്ചി എഴുന്നേറ്റു.

"എട്ടൊൻപതു കൊല്ലമായി മോളെ എല്ലാം കഴിഞ്ഞിട്ട്. സാർ വേറെ കല്യാണം കഴിക്കാൻ കൂട്ടാക്കുമെന്ന് ഞാൻ വിചാരിച്ചിട്ടില്ല. ഇപ്പോഴെ ങ്കിലും തോന്നി. എന്നാലും.."

ഒരു വലിയ എന്നാലും എന്റെ മുമ്പിൽ ബാക്കിയിട്ട് ജാനുച്ചേച്ചി അടുക്കളയിലേക്ക് ധൃതിയിൽ നടന്നുപോയി.

ഏഴ്

സൗഹൃദത്തോടെയാണ് ഭാനുപ്രകാശ് എപ്പോഴും പെരുമാറുന്നത്. സംശയിക്കത്തക്കതായി ഒന്നുമില്ല. എങ്കിലും എന്നോടടുക്കാനാവാത്ത വിധം അയാളെ മാറ്റി നിർത്തുന്ന ആ അദൃശ്യശക്തിയേതാവാം..

സ്ത്രീസഹജമായ അസൂയയോടെ നിരന്തരം ആലോചിച്ചിരുന്നത് അതുമാത്രമായിരുന്നു. ഭാര്യ മരിച്ചുപോയി വർഷങ്ങളിത്ര കഴിഞ്ഞിട്ടും ആ ഓർമ്മകളുമായി ഒറ്റയ്ക്കു കാലംകഴിച്ച ഒരാൾക്ക് അപരിചിതയായ

ഒരു പെണ്ണിനെ,ഒരു വെറും സാധാരണക്കാരിയെ പെട്ടെന്ന് അംഗീകരി ക്കാനാവില്ലെന്നറിയാം. എങ്കിലും എന്നിലെ സ്ത്രീ എന്നോട് യുദ്ധം ചെയ്തു കൊണ്ടേയിരുന്നു. ഇച്ഛാഭംഗത്തോടെ ഞാനാ വലിയമുറിയിൽ ചുറ്റി നടന്നു. ജാനുച്ചേച്ചിക്കൊപ്പം മുറികൾ വൃത്തിയാക്കാൻ സഹായി ക്കുകയായിരുന്നു അന്നു മുഴുവൻ ഞാൻ. സത്യത്തിൽ ചിന്മയിയെക്കു റിച്ച് കൂടുതൽ എന്തെങ്കിലും അറിയാനാവുമോ എന്ന അന്വേഷണം കൂടി യായിരുന്നു എന്റെ അത്തരം ശ്രമങ്ങൾ. ആ പഴയ ബംഗ്ലാവിന്റെ ഓരോ മുക്കും മൂലയും തൊട്ടറിഞ്ഞ് അപരിചിതത്വം തീർക്കാൻ ശ്രമിക്കുന്നതി നിടയിൽ ഭൂതകാലത്തിന്റെ മൺപുറ്റുകൾ അടർന്നു വീണെങ്കിലോ..

ഒടുവിൽ എത്ര ഒളിപ്പിച്ചുവെച്ചിട്ടും ചിന്മയിയുടെ കവിതകൾ മുമ്പിൽ പ്രത്യക്ഷപ്പെടുക തന്നെ ചെയ്തു. തുരുമ്പിച്ച ഇരുമ്പലമാരിയുടെ താ ക്കോലാണെന്നുപറഞ്ഞ് ജാനുചേച്ചിയാണ് ഒരു പഴയ താക്കോൽക്കൂട്ടം പെട്ടിയിൽ കാണിച്ചു തന്നത്. എണ്ണയൊഴിച്ച് അതു മിനുസപ്പെടുത്തി ഞാനാ ഇരുമ്പലമാരി തുറന്നു. മഞ്ഞനിറം വീണു തുടങ്ങിയ കുറേ പു സ്തകങ്ങൾ, കെട്ടുകണക്കിനു കടലാസുകൾ. ഭാനുപ്രകാശ് വഴക്കു പറയുമോ എന്നു ഭയന്നാണെങ്കിലും ഞാനതെല്ലാം കൈയിലെടുത്തു.

ആ പഴഞ്ചൻ കടലാസുകളിൽ വിരൽ തൊട്ടപ്പോൾ വർഷങ്ങൾക്ക പ്പുറത്തുനിന്ന് നഷ്ടപ്പെട്ടുപോയ കുഞ്ഞിനെ വാരിയെടുക്കുമ്പോലെ തോന്നി. മുഷിപ്പൻ പതിവുകളുടെ വിരസമായ കാട്ടുപടർപ്പുകളെ വകഞ്ഞുമാറ്റി ഉള്ളിലടങ്ങിക്കിടന്നിരുന്ന നീരുറവയെ സ്വതന്ത്രമാക്കാൻ ചുണ്ടുകൾ ത്രസിച്ചു. പതിയെ ആ കടലാസുകളിൽ മുഖമമർത്തി. പ്രാചീ നമായ ഏതോ ഗന്ധം. പഠനകാലത്ത് മലയാളംക്ലാസിലിരുന്ന അതേ ആവേശത്തോടെ ആ വരികളിലൂടെ വിരലോടിച്ചു.

വിചിത്രമായ ഒരു മനസ്സിന്റെ സംവേദനം പോലെ ആഴമുള്ള കവി തകൾ. ചിന്മയിയുടെ വാക്കുകൾ എനിക്കു ചുറ്റും പെരുകി വട്ടംചുറ്റി എന്നെ അമർത്തി ഞെരിക്കും പോലെ.

രാത്രി ഏറെ വൈകിയിരുന്നു. അതിശക്തമായ മഞ്ഞുവീഴ്ചയും കാറ്റും. ജനാലയ്ക്കപ്പുറം കാറ്റാടിമരച്ചില്ലകൾ കാറ്റിൽ വളയുന്ന ശബ്ദം. തോട്ടത്തിലെവിടെയോ മരക്കൊമ്പുകൾ പൊട്ടി വീഴുന്നു. വൈദ്യുതി ബന്ധം പെട്ടെന്നു നിലച്ചു. പതിവില്ലാത്തതാണ്. മുറിയിൽ ആരുടേയോ സാന്നിദ്ധ്യം നിറഞ്ഞു നില്ക്കുന്നതു പോലെ. ഭയംതോന്നി. പുറത്തേ ക്കോടിയിറങ്ങാനും കഴിയുന്നില്ല. ആരോ ബന്ധനസ്ഥയാക്കിയതുപോലെ അനങ്ങാൻ പോലുമാകുന്നില്ല.

നേർത്ത രാത്രിവെട്ടം മുറിക്കുള്ളിലേക്കരിച്ചെത്തുന്നുണ്ട്. ആ പ്രഭാ വലയത്തിനുള്ളിൽ ആജ്ഞാശക്തിയുള്ള കണ്ണുകളോടെ, ഉഴുതുമറി ക്കാത്ത ഭൂമിപോലെ മുമ്പിൽ ചിന്മയി നില്ക്കുന്നത് ഞാൻ കണ്ടു. കണ്ടെ ടുക്കാനൊവാത്ത ഒരുപാടു സ്വർണഖനികൾ അവളുടെയുള്ളിൽ തിള ങ്ങുന്നത് വിസ്മയത്തോടെ ഞാൻ നോക്കിനിന്നു.

എട്ട്

ഭാനുപ്രകാശ് മുറിയിൽ കയറി വരുമെന്ന് ഒരിക്കലും പ്രതീക്ഷിച്ച തല്ല. കടലാസുകെട്ടുകൾ ഒളിപ്പിക്കാൻപോലും സമയം കിട്ടിയില്ല. അദ്ദേഹം കട്ടിലിന്റെ തലക്കൽ വന്നിരുന്ന് ചുറ്റും പരന്നു കിടക്കുന്ന കടലാസുക ളിലേക്കു നോക്കി. എല്ലാ അപരാഹ്നങ്ങളിലും ആ കവിതകൾ മനസ്സിരു ത്തി വായിക്കുന്നത് പതിവായിക്കഴിഞ്ഞിരുന്നു. ജാനുച്ചേച്ചി ഉച്ചമയക്ക ത്തിലാവും. അപ്പോൾ താഴ്‌വര നിശ്ശബ്ദമായിക്കിടക്കുകയും സമയം അ തിന്റെ മഞ്ഞുസൂചിക്കാലുകളാൽ പതിയെ കടന്നുപോവുകയും ചെയ്യും.

"ഗീത അലമാരി തുറന്നു അല്ലേ?"

ഒന്നും പറഞ്ഞില്ല. വഴക്കു പറയുമോ, ചെയ്തതു തെറ്റായോ..

"ഞാൻ. ഞാൻ വെറുതെ.."

"സാരമില്ല. എനിക്കതൊന്നും വായിച്ചാൽ മനസ്സിലാവില്ല. പക്ഷേ, അവളെഴുതിയതെല്ലാം ഗംഭീരമായിരുന്നെന്ന് സുഹൃത്തുക്കൾ പറഞ്ഞിരുന്നു."

ഇതാദ്യമായിട്ടായിരുന്നു ഞങ്ങൾക്കിടയിൽ 'അവൾ' കയറി വരു ന്നത്.

"അവൾ ഈ ലോകത്തിനു പറ്റിയ ആളായിരുന്നില്ല. അല്ലെങ്കിൽ ഈ ലോകത്തിന് അവളെ ഉൾക്കൊള്ളാൻ കഴിഞ്ഞില്ല." ഭാനുപ്രകാശ് പതിയെ പറഞ്ഞു. മഞ്ഞുകാറ്റ് മുറിയിലേക്കു തള്ളിക്കയറാൻ തുടങ്ങി യപ്പോൾ ഞാൻ ജനാലകൾ പതിയെയടച്ചു.

സന്ധ്യ മയങ്ങിയിരിക്കുന്നു. ഇന്ന് പതിവിലേറെ സമയം ചിന്മയി ക്കൊപ്പം ചെലവഴിച്ചു. ഭാനുപ്രകാശ് അല്പം നേരത്തെ ഓഫീസിൽ നിന്നു വരികയും ചെയ്തു. സ്വയം മറന്നെന്നപോലെ ഇരിക്കുകയാണ യാൾ. കാറ്റിൽ ചെറുമരച്ചില്ലകളുലയുന്ന ശബ്ദം.

"എന്റെ ജീവിതം അവൾ കീഴ്മേൽ വാർത്തുടച്ചു. നാശത്തിന്റെ പടുകുഴിയിൽ നിന്ന് എന്നെ കൈപിടിച്ചു കയറ്റി. ഞാൻ ആദ്യമായി ജീവിതം എന്താണെന്നു രുചിച്ചറിഞ്ഞു. അതുവരെ മദ്യത്തിന്റെ രുചിഭേദങ്ങൾ മാത്രമേ എനിക്കറിയാമായിരുന്നുള്ളൂ. പിന്നെ സ്നേഹമില്ലായ്മയുടേയും.."

ഭാനുപ്രകാശ് ഇത്രയൊക്കെ സംസാരിക്കുന്നത് ആദ്യമായാണ്.

"പക്ഷേ, അവൾക്കായി ഒന്നും നല്കാനായില്ല എനിക്ക്. അല്ലെങ്കിൽ ഞാൻ നല്കിയതിനേക്കാൾ ലഭിക്കാൻ അർഹതയുണ്ടായിരുന്നു അവൾക്ക്. ആകാശത്തേക്കു പറക്കാമായിരുന്നിട്ടും സ്വയം ചിറകരിഞ്ഞു കളഞ്ഞ് കൂട്ടിൽക്കിടന്നു അവൾ..."

ഞാനൊന്നും പറയാതെ തരിച്ചുനില്ക്കുകയായിരുന്നു. എല്ലാം പറഞ്ഞു തീരട്ടെ.

"ഒടുവിൽ അവൾക്കു മടുത്തു. വീര്യം കുറഞ്ഞ ഏതോ വിഷം മാത്ര മാണവൾ കണ്ടെത്തിയത്. അതു കഴിച്ചതറിയാതെ ഒരു രാത്രി മുഴു വൻ ഞങ്ങൾ സംസാരിച്ചിരുന്നു. പുലർച്ചെ അവൾക്ക് ഛർദ്ദിയുണ്ടായി."

ഞെട്ടിപ്പോയി. ഭാനുപ്രകാശ് മുഖം താഴ്ത്തിനിർവ്വികാരതയോടെ

പറയുകയയിരുന്നു.

"ഒരു കുഞ്ഞിനു വേണ്ടി വല്ലാതെ ആഗ്രഹിച്ചിരുന്നു അവൾ. നട ന്നില്ല. ഒപ്പം അവളുടെയുള്ളിൽ അവളോടു തന്നെയുള്ള ദ്വന്ദ്വയുദ്ധവും നടന്നിരുന്നു. പരിഹാരമായി അവൾ കണ്ടെത്തിയത് സാവധാനത്തിലുള്ള മരണമായിരുന്നു."

"വിഷം ഞരമ്പുകളിൽ പതിയെ പടർന്നു കയറുമ്പോഴും അവൾ പറഞ്ഞു, ഒന്നുമില്ല, ഒന്നുമില്ലെന്ന്. ഛർദ്ദിക്കുള്ള മരുന്നു കൊടു ത്തുകൊണ്ട് രണ്ടു ദിവസം ആശുപത്രിയിൽക്കിടന്നു. അവൾ അപ്പോഴും സംസാരിച്ചുകൊണ്ടിരുന്നു, എന്നോടുള്ള സ്നേഹത്തിന്റെ ആഴത്തെക്കു റിച്ച്, പൂർത്തിയാക്കാതെ വെച്ച കവിതയെക്കുറിച്ച്, ഒരിക്കൽ പിറക്കാൻ പോകുന്ന കുഞ്ഞിനെക്കുറിച്ച്.."

"ഒടുവിൽ രണ്ടാം ദിവസം രാത്രി ഡോക്ടർമാർക്ക് സംശയം തോന്നി രക്തം പരിശോധിച്ചപ്പോഴാണ് വിഷാംശം കണ്ടെത്തിയത്. അവരുടെ ചോദ്യങ്ങൾക്കൊടുവിൽ അവൾ സമ്മതിച്ചു, രണ്ടു ദിവസം മുമ്പേ വിഷം കഴിച്ച വിവരം.."

ഭാനുപ്രകാശ് വിരലുകൾ മടക്കുകയും നിവർത്തുകയും ചെയ്തു കൊണ്ട് ദയനീയമായി എന്നെ നോക്കി.

"അവൾ അങ്ങനെ മരിച്ചിരുന്നെങ്കിൽ ഞാൻ ദുഃഖിക്കില്ലായിരുന്നു. അവരവരുടെ ഇഷ്ടപ്രകാരം തെരഞ്ഞെടുത്തതാണല്ലോ. പാതിരാത്രിയിൽ അവളെന്നെ കെട്ടിപ്പിടിച്ച് കരഞ്ഞു, എനിക്കു ജീവിക്കണം എന്നു കെഞ്ചി. ഞാനപ്പോഴാണ് തളർന്നു പോയത്. ഇരു വൃക്കകളും തകരാറായി ഡയാ ലിസിസ് തുടങ്ങിയിരുന്നു അപ്പോഴേക്കും. ഡോക്ടർമാർ നിസ്സഹായത യോടെ പരക്കം പാഞ്ഞു. ഇത്രയൊക്കെ സമയം കിട്ടിയിട്ടും ഒരാളെ മര ണത്തിലേക്കു പറഞ്ഞയക്കുന്നതിന്റെ ജാള്യത എല്ലാവരുടെ മുഖത്തു മുണ്ടായിരുന്നു. ഒടുവിൽ എല്ലാവരേയും തോല്പിച്ച്, തന്നത്താൻ തോറ്റ് വെളുപ്പാൻ കാലത്ത് അവൾ പോയി..."

പെട്ടെന്ന് അയാളെന്റെ കൈവിരലുകളിൽ ഒരാശ്രയമെന്നോണം മുറുകെ പിടിച്ചു. അടുത്തനിമിഷം ഇടിമിന്നലേറ്റതു പോലെ കൈകുടഞ്ഞ് അയാൾ ചാടിയെഴുന്നേറ്റു.

"വയ്യ. എനിക്കു കഴിയുകയില്ല. ഗീത എന്നോടു ക്ഷമിക്കണം. പോകും മുമ്പ് അവൾ പറഞ്ഞതു കേൾക്കണോ നിനക്ക്. ഏട്ടൻ വേറെ കല്യാണം കഴിക്കരുത്. ഞാൻ മരിക്കില്ല. എപ്പോഴും ഇവിടെയൊക്കെത്തന്നെ കാണും, ഏട്ടന്റെ നിഴൽ പോലെ. ഗീതയ്ക്കറിയുമോ. ഒറ്റയ്ക്കാവുമ്പോൾ രാത്രികളിൽ അവൾ ഈ വീടിനുള്ളിലൂടെ നടന്നു നീങ്ങും."

ഞാൻ നടുങ്ങിപ്പോയി.

"ഗീതയെ വിവാഹം കഴിക്കാൻ തീരുമാനിച്ചത് ചെറിയമ്മയുടെ നിർബ്ബന്ധംകൊണ്ടു മാത്രമായിരുന്നു. ഞാനൊരു മനോരോഗിയാവുമോ എന്ന ഭയമായിരുന്നു അവർക്ക്. കല്യാണദിവസം താഴത്തെ ഹാളിലെ ചിന്മയിയുടെ ഫോട്ടോ എടുത്തുമാറ്റാൻ പറഞ്ഞ് ചെറിയമ്മ ജോലി

ക്കാരനെ സ്റ്റൂളിൽ കയറ്റി. ഞാനപ്പോൾ അവളുടെ വാക്കുകൾ കേട്ടു. എന്നെ ഇവിടെ നിന്നടർത്തി മാറ്റരുത്. ആ നിമിഷം തന്നെ അവൻ സ്റ്റൂൾ മറിഞ്ഞ് നിലത്തേക്കു വീണപ്പോൾ സത്യമായും ഞാൻ ഭയന്നുപോയി. അവൾക്കിഷ്ടമില്ല ഇവിടെ നിന്നു പോകാൻ."

ഭാനുപ്രകാശിന്റെ വാക്കുകൾ വിറച്ചു. ദൈന്യതയോടെ അയാൾ എന്റെ കണ്ണുകളിലേക്കു നോക്കി. അയാളുടെ കണ്ണുകൾക്കുള്ളിൽ മഞ്ഞു റഞ്ഞ ഒരു തീക്കനൽ അടങ്ങിക്കിടക്കുന്നത് ഞാൻ കണ്ടു.

ഒൻപത്

ചിന്മയിയെ ഭയന്നാണ് ഭാനുപ്രകാശ് എന്നെ ദൂരെ നിർത്തിയിരി ക്കുന്നത്. ആദ്യം എനിക്കതു ബാലിശമായിത്തോന്നി. പിന്നീടോർത്ത പ്പോൾ മനസ്സിലായി, ഇത്രയും താന്തോന്നിയായിരുന്നയാളെ ദേവതുല്യ മാക്കിയെടുക്കുമ്പോൾ എന്തുമാത്രം സ്വാധീനം അവൾക്കയാളിലുണ്ടാ യിരിക്കും... എങ്കിലും ചിന്മയിയിൽ നിന്ന് വിടുതൽ നേടാൻ ഭാനുപ്ര കാശ് ആഗ്രഹിക്കുന്നുവെന്ന് വ്യക്തമായി തിരിച്ചറിയാനായി. ഒരു സ് ത്രീക്കു മാത്രമേ അത് മനസ്സിലാക്കാൻ കഴിയുകയുള്ളൂ. അയാളുടെ പൊള്ളുന്ന കൈവിരലുകളുടെ സ്പർശം ഞാൻ ഓർത്തു..

കവിതകളിലൂടെ ഞാൻ ചിന്മയിയുമായി ചങ്ങാത്തം കൂടിക്കഴിഞ്ഞി രുന്നു. ആഴമുള്ള സമുദ്രത്തിൽനിന്നു മുങ്ങിയെടുത്ത മുത്തുകൾ പോലെ യായിരുന്നു അവളുടെ വാക്കുകൾ.

കാപ്പിത്തോട്ടത്തിന്റെ അതിർത്തിയിലെ വൻപാറക്കൂട്ടത്തിലിരു ന്നാണ് ചിന്മയിയുടെ അവസാനത്തെ കവിത വായിച്ചത്. കാപ്പിപ്പൂക്ക ളുടെ മാദകഗന്ധം ചുറ്റുംപരന്നൊഴുകി. ചിന്മയി എഴുതി പൂർത്തിയാ ക്കാതെ പോയ വാക്കുകൾ. വാഗ്ദത്തഭൂമിയിലേക്ക് മടങ്ങുമ്പോൾ പ്രിയ പ്പെട്ടവനെ മാറോടു ചേർക്കുമെന്ന മുന്നറിയിപ്പുപോലെ അവളുടെ അവ സാനത്തെ വരികൾ..

അവയ്ക്ക് കാന്തശക്തിയുണ്ടായിരുന്നു, അവളെപ്പോലെ..

അവസാനത്തെ വരിയും വായിച്ചു കഴിഞ്ഞ് അപൂർണ്ണമായ ആ ക വിതയിൽ ഞാനൊരു വരി കുറിച്ചിട്ടു. പഠനകാലത്തും പിന്നീടുമെല്ലാം എത്രമേൽ വിളക്കിച്ചേർക്കാൻ ശ്രമിച്ചിട്ടും പിടിതരാതെ വഴുതിപ്പോയ അക്ഷരങ്ങൾ എന്നെ അത്ഭുതപ്പെടുത്തിക്കൊണ്ട് അവസാനത്തെ വരി യായി ആ കവിതയോടു ചേർന്നു നിന്നു. ജീവിതത്തിലാദ്യമായി ഞാനെ ഴുതിയ വരികൾ അദൃശ്യമായ ചങ്ങലപോലെ എനിക്കും ചിന്മയിക്കുമിട യിൽ തിളങ്ങുന്നു! ആ ചങ്ങലയുടെ തണുപ്പ് ഹൃദയത്തെ തണുപ്പിക്കു ന്നതറിയാനായി.

ആ മഞ്ഞുകാലത്തിനവസാനം തോട്ടത്തിന്റെ മൂലയിൽ വലിയ തീക്കുണ്ഡമുണ്ടാക്കി ഞാനാ വാക്കുകളെ അഗ്നിക്കു സമർപ്പിച്ചു. ഓരോ കടലാസു താളും കത്തിയമരുമ്പോൾ ആത്മാവിന്റെ കമ്പിയഴികൾക്കിട

യിലൂടെ ഉരുകിയുരുകി ഒരു പഞ്ഞിക്കൂട്ടംപോലെ അവൾ ആകാശത്തേ ക്കുയർന്നു പോകുന്നതായി ഞാനറിഞ്ഞു. അവസാനത്തെ താളും കത്തി യെരിഞ്ഞപ്പോൾ സന്ധ്യ വീണിരുന്നു. വീടിനുള്ളിൽ കയറി വരുമ്പോൾ പതിവുപോലെ സ്വാഗതം ചെയ്യുന്ന ചിന്മയിയുടെ കണ്ണുകൾ ഒരല്പം മ ങ്ങിയതുപോലെ തോന്നി.

പത്ത്

പിറ്റേന്ന് വീട് പെയിന്റ് ചെയ്യാൻ ആളുകളെത്തി. നിരവധി മാസി കകൾ നോക്കി ഓരോ മുറിക്കും ചേർന്ന നിറങ്ങൾ കണ്ടുപിടിക്കുമ്പോൾ ഉള്ളിൽ പൊട്ടിവിടരുന്ന പൂക്കൾ എന്നെപ്പോലും വിസ്മയിപ്പിച്ചു. ഒരി ക്കലും, ഒരു ഗൃഹവും അലങ്കരിക്കാത്ത എന്റെ വിരലുകൾ തൊടുന്ന തെല്ലാം പൊന്നായി..

അതുവരെ കാണാത്ത പ്രത്യേക തരം നിറങ്ങളാണ് ഓരോ മുറിക്കും തെരഞ്ഞെടുത്തത്. അതിനുശേഷം എല്ലാ വീട്ടുപകരണങ്ങളും പലയിട ത്തേക്കുമായി മാറ്റിയിട്ടു. ചുവരുകൾ മാത്രം ബാക്കിനിർത്തി വീട് ഉടച്ചു വാർത്തെടുക്കുമ്പോൾ ഒരു തരം വാശിയായിരുന്നു ഉള്ളിൽ നിറഞ്ഞു നിന്നത്...

ജീവിതത്തോടുള്ള ആസക്തി എന്നെത്തോല്പിക്കുമാറ് വളർന്നു മുറ്റി നില്ക്കുകയാണ്. എവിടെയും പലവർണ്ണങ്ങളിൽ, ഗന്ധങ്ങളിൽ മദി പ്പിക്കുന്ന ജീവിതം. കൈയിൽ നിന്നു വഴുതിപ്പോയ, ഒരിക്കലും വന്നു ചേരില്ലെന്നു കരുതിയിരുന്ന ഒന്നിനു വേണ്ടിയുള്ള അവസാനത്തെ പൊരു തലിലാണ് ഞാനെന്നു തോന്നി.

പൂക്കളുള്ള പുതിയ കർട്ടനുകൾ ഇട്ട ശേഷം മാറ്റിവെച്ച ഫോട്ടോ കൾ ചുവരിൽ തൂക്കാനൊരുങ്ങുകയായിരുന്നു ജോലിക്കാർ..

"അതിവിടെ തന്നേക്കൂ."

ഭാനുപ്രകാശ് അത്ഭുതത്തോടെ എന്നെ നോക്കി. നിർവ്വചിക്കാനാത്ത ആശങ്കയുണ്ടായിരുന്നു ആ മുഖത്ത്. അതോടൊപ്പം ആശ്വാസവും അയാളു ടെ കണ്ണുകളിൽ തെളിഞ്ഞു നിന്നു. ചിന്മയിയുടെ ഫോട്ടോ ഞാൻ കൈയി ലെടുത്തു. ഇപ്പോൾ ആ കണ്ണുകളിൽ ആജ്ഞാശക്തിയല്ല, പരിഭവമാണ്.

"അതിനി ഇവിടെ തൂക്കേണ്ട.."

ടൗണിലെ ഷോപ്പിങ് മാളിൽ നിന്നു പ്രത്യേകം തെരഞ്ഞെടുത്ത ചിത്രം അവിടെത്തൂക്കുമ്പോൾ ജനാലയിലൂടെ ഒഴുകി വന്ന കാറ്റിൽ കർ ട്ടനുകൾ ഉലഞ്ഞാടി. ഓമനത്തമുള്ള ഒരു ആൺകുഞ്ഞിന്റെ മുഖമായി രുന്നു അത്. റോസാപ്പൂ നിറമുള്ള കവിളുകളിൽ വലിയ നുണക്കുഴി വിരിയിച്ച്, പല്ലില്ലാത്ത മോണകാട്ടി അവൻ ഞങ്ങളെ നോക്കിച്ചിരിച്ചു.

പതിനൊന്ന്

മഞ്ഞുകാലത്തിന്റെ ബാക്കിപത്രമായ എല്ലാ കരിയിലകളും ചേർത്ത് ഒരിക്കൽക്കൂടെ ഞാൻ തോട്ടത്തിൽ തീക്കുണ്ഡമൊരുക്കി. കുന്തിരിക്ക ത്തിന്റെയും ദേവതാരുവിന്റെയും ചെറുകമ്പുകൾ സുഗന്ധത്തോടെയെ രിഞ്ഞു. സന്ധ്യയുടെ അവസാനത്തെ പ്രകാശം അലൗകികമായ വർണ്ണരാജിയോടെ കാപ്പിച്ചെടികൾക്കു മീതെ വാർന്നു വീണു.

അഗ്നിയിലേക്കർപ്പിക്കുംമുമ്പ് ചിന്മയിയുടെ മുഖത്തേക്ക് ഒരിക്കൽ ക്കൂടി നോക്കി. നിസ്സഹായമായ മുഖമാണത്. ഈ ലോകത്തോട്, ജീവി തത്തോട് സമരസപ്പെടാനാവാതെ ഒളിച്ചോടിയ, ഒളിച്ചോടുമ്പോൾപ്പോലും തിരിച്ചോടി പരാജയപ്പെട്ട പെൺകുട്ടി.

തീജ്വാലകൾ ആർത്തിയോടെ ആ മുഖം നക്കിയെടുക്കുന്നതു നോക്കി നില്ക്കുമ്പോൾ എന്റെയുള്ളിൽ നിന്നാരോ സ്വതന്ത്രയായി ആ വീടിന്റെ അകത്തളങ്ങളിലേക്ക് ഉല്ലാസത്തോടെ ഒഴുകിപ്പോകുന്നതു ഞാൻ കണ്ടു.

പന്ത്രണ്ട്

വീട് ഒരു പുതിയ ഭൂപടം പോലെ മുന്നിൽ നിവർന്നു കിടന്നു. കണ്ടു പിടിക്കാൻ, അറിയാൻ, മനസ്സിലാക്കാൻ ഒരുപാടു മുക്കും മൂലയും ഒളി ച്ചിരിക്കുന്ന ഉഴുതുമറിക്കാത്ത വയൽപോലെ വീടിന്റെ പുതുഗന്ധം എന്നെ ഉന്മത്തയാക്കി.

ജനാലയ്ക്കപ്പുറം മഞ്ഞുകാലത്തിന്റെ അവസാനത്തെ ഓർമ്മകളും ഉരുകിത്തീരുന്നത് നോക്കിക്കൊണ്ട് കുറച്ചിട കൂടി നിന്നു. പുതുമഴ പെയ്യു മ്പോൾ പൊങ്ങിയുയരുന്ന മണ്ണിന്റെ ഗന്ധംപോലെയെന്തോ അന്തരീക്ഷ ത്തിൽ തങ്ങി നിന്നു.

ഭാനുപ്രകാശ് ആദ്യമായി കാണുന്നതുപോലെ എന്നെ നോക്കി ക്കൊണ്ട് മുറിയുടെ വാതില്ക്കൽ നില്ക്കുകയായിരുന്നു.

"ഇതാണു നമ്മുടെ കിടപ്പുമുറി." പതിയെ പറഞ്ഞുകൊണ്ട് ഞാനാ മുറിയുടെ എല്ലാ ജനാലകളും തുറന്നിട്ടു. പുതുപൂക്കളുടെയും പാകമായ പഴങ്ങളുടെയും ഗന്ധവുമായി കാറ്റ് മലമടക്കുകൾ താണ്ടി ഊർജ്ജസ്വല തയോടെ കയറിവന്നു.

താഴ്വരയിൽ അതുവരെ കേൾക്കാത്ത ഒരുപക്ഷിയുടെ പാട്ടു കേട്ടു. മന്ദസ്ഥായിയിൽ തുടങ്ങി അത് താഴ്വരയാകെ അലയടിച്ചു.

"ഗീത കേട്ടിട്ടില്ലല്ലോ ഈ പക്ഷിയുടെ പാട്ട്. വസന്തത്തിന്റെ വരവ റിയിക്കുന്ന പക്ഷിയാണത്.."

ഭാനുപ്രകാശ് എന്നെ ചേർത്തണച്ചു കൊണ്ടു പറഞ്ഞു.

"ഇത്തവണ അല്പം വൈകിയെന്നു മാത്രം." അയാളെന്റെ ചെവി യിൽ പതിയെ മന്ത്രിച്ചു.

വസന്തത്തിൽ തരിശാകുന്ന പൂമരം

ഒന്ന്

പൂത്തുലഞ്ഞ പൂമരമായി നില്ക്കുമ്പോഴും ഒരു ചുടുകാറ്റിൽ തരി ശാവാൻ പ്രണയത്തിനാവും. അങ്ങനെയൊരു വാചകം അവിചാരിതമായി വന്നു നിറയുന്നത് വിസ്മയത്തോടെ അറിയുമ്പോഴേക്കും സെൻട്രൽ സ്റ്റേഷനിലേക്കു പോകുന്ന ഹ്രസ്വദൂരത്തീവണ്ടി മുന്നിൽവന്നു നില് ക്കുകയും ആൾക്കൂട്ടത്തിനൊപ്പം ആനന്ദി കമ്പാർട്ട്മെന്റിനുള്ളിലേക്കെ ത്തുകയും ചെയ്തിരുന്നു. പതിവിനു വിപരീതമായി പ്രതീക്ഷിച്ചത്ര തിര ക്കില്ലായിരുന്നു. മിക്കവാറും ദിവസങ്ങളിൽ സീറ്റു കിട്ടാതെ അരമണി ക്കൂർ നേരം നിന്നുതന്നെ യാത്ര ചെയ്യേണ്ടിവരാറുണ്ട്. ഇന്നാവട്ടെ വിൻഡോ സീറ്റ് അവൾക്കുവേണ്ടി മാറ്റിവെച്ചതു പോലെ ഒഴിഞ്ഞു കിടന്നു. തീവണ്ടി വരുംവരെ തൊണ്ടയോളമെത്തിയൊരു ഛർദ്ദിലിന്റെ കയ്പുരസത്തെ ചുണ്ടുകൾക്കിടയിൽ മുറുകെയടച്ചിരിക്കുകയായിരുന്നു അവൾ.

ബാഗ്, സീറ്റിൽ വച്ച് സ്വസ്ഥമായി കാൽനീട്ടിയിരിക്കേ അവലാ വാചകം ഒന്നുകൂടി മനസ്സിലിട്ടുരുട്ടി. ഒരു കവിതാപുസ്തകം പോലും വായിക്കാത്തവളുടെ ഉള്ളിൽ വന്ന വരികൾ..

പൂത്തുലഞ്ഞ പൂമരം..

തിരുമുല്ലെവായലിൽനിന്ന് അപ്രതീക്ഷിതമെന്നപോലെ നീല മേഘം ഇന്ന് ട്രെയിനിൽ കയറില്ല. തിരക്കിൽ, വിയർപ്പണിഞ്ഞ ശരീര ങ്ങളുടെയും ഇസ്തിരിയിട്ട വസ്ത്രങ്ങളുടെയും മണങ്ങൾക്കിടയിൽ, ശ രീരങ്ങളുടെ ഇളം ചൂടിൽ, മാംസങ്ങളുടെ പതുപതുപ്പിൽ ശ്രദ്ധയോടെ യുള്ള അശ്രദ്ധയോടെ നീലമേഘത്തിന്റെ ബലമുള്ള കൈകൾ കവി

ലിൽ വന്നുരുമ്മില്ല. വെളുത്ത സൂര്യനെപ്പോലെ ആ കണ്ണുകൾ അവളു ടെ കണ്ണുകളിലെ പ്രകാശം തൊട്ടെടുക്കില്ല. ആനന്ദി കയ്പോടെ തല കുടഞ്ഞു. രാവിലെ വീട്ടിൽ നിന്നിറങ്ങുമ്പോൾ നഷ്ടബോധം തോന്നിയി രുന്ന കാര്യങ്ങളാണതെല്ലാം. പക്ഷേ, എത്ര പെട്ടെന്നാണ് .....

കഴിഞ്ഞ മൂന്നുദിവസങ്ങളായി നീലമേഘം യാത്രയിലാണ്. അല്ലെങ്കിലും നഗരം വിട്ടുള്ള യാത്രകൾ അവനു പതിവാണ്. ഇന്ന് അവന്റെ ജന്മദിനമാണെന്ന് ആനന്ദിക്കുമാത്രമേ അറിയു. ഉച്ചതിരിഞ്ഞ് കാണണമെന്നുറപ്പു പറഞ്ഞിട്ടുണ്ട്.

ആ ചിന്ത വീണ്ടുമവളിൽ കയ്പുരസം നിറച്ചു. റെയിൽവേ പുറ മ്പോക്കിൽ ചെളിയിൽ പിടയുന്ന രണ്ടു ശരീരങ്ങൾ. കാമം വികൃത മാക്കിയ കോമ്പല്ലുള്ള മുഖങ്ങൾ. അഴുകിയ ഇറച്ചി നിറഞ്ഞ ബർഗ്ഗറിന്റെ പാതി മുറിഞ്ഞൊരു കഷ്ണം. മറക്കാൻ ശ്രമിക്കുമ്പോഴൊക്കെയും മിഴി വോടെ തെളിയുന്ന ദൃശ്യങ്ങൾ. എല്ലാ സ്റ്റേഷൻ പുറമ്പോക്കുകളിലെയും പതിവു കാഴ്ചകളിലൊന്ന്. എങ്കിലും പൂത്തു നില്ക്കുന്നൊരു പൂമരത്തെ തീക്കാറ്റടിച്ചതുപോലെ തരിശാക്കാൻ ആ ദൃശ്യത്തിനായതെങ്ങിനെ യെന്നു മാത്രം ആനന്ദിക്കു തിരിച്ചറിയാനായില്ല. തുള വീണ മൺപാന യിലെന്ന പോലെ പ്രണയം നീലയടരുകളായി തന്നിൽനിന്ന് വേർതി രിഞ്ഞു പോകുന്നതും ഒടുവിൽ താൻ മാത്രം ബാക്കിയായിത്തീരുന്നതും അവൾ അറിഞ്ഞു. തീക്കാറ്റ് അവളെ പുറകിലേക്കു പറത്തിക്കൊണ്ടു പോയി.

രണ്ട്

നീലമേഘത്തിന്റെ പിറന്നാളോർമ്മിച്ചു കൊണ്ടാണ് രാവിലെ ആനന്ദി യുണർന്നതു തന്നെ. ആവധിയിലെ ചേരിയിൽ വാറ്റുചാരായം മോന്തി വഴക്കാളിയായി നടന്ന കാർമുഖിക്ക് മകന്റെ തന്തയാരെന്നു പോലും തിട്ടമില്ലായിരുന്നു. ഇരുപത്തിനാലുകൊല്ലങ്ങളായി ആ അപമാനവും ചു മന്നാണ് നീലമേഘം ജീവിക്കുന്നത്. അവൾ അരുമയോടെ അവന്റെ സ കടങ്ങളോർത്തു.

ആനന്ദിയക്കാ. അപ്പാ മരിച്ചുവെന്നറിഞ്ഞാലും വേറെ കല്യാണം കഴിച്ചാലും എനിക്ക് പ്രശ്നമില്ല. പക്ഷേ, പേരു പോലും അറിയില്ല എന്നു പറയുമ്പോൾ..

കാർമുഖിക്ക് അതൊന്നും ഒരു പ്രശ്നമായിരുന്നില്ല. അതുകൊണ്ടാ ണല്ലോ അവൻ തനിയെയായിപ്പോയത്. തീർത്തും തനിയെ.

"കണ്ണാ. നിനക്കിന്നു നല്ലൊരു സമ്മാനംതരുന്നുണ്ട് ഞാൻ.."

അലിവോടെ മന്ദഹസിച്ചുകൊണ്ട് കണ്ണിയമ്മൻ കോവിലിൽനിന്ന് ഒഴുകിയെത്തുന്ന നേർത്ത പ്രാർത്ഥനാഗീതങ്ങൾക്കായി അവൾ ജനല കൾ തുറന്നിട്ടു. ആദിനാഥൻ അപ്പോഴും കമിഴ്ന്നു കിടന്നുറക്കമാണ്. ആനന്ദിക്ക് തീരെ ഇഷ്ടമില്ല ആ കിടപ്പ്. മൂക്കു ചപ്പിക്കൊണ്ട് ശ്വാസം

കിട്ടാത്തപോലെയുള്ള ഒരുറക്കം. കല്യാണം കഴിഞ്ഞു വന്നകാലം തൊട്ടേ അവൾക്കു മാറ്റാനാവാത്ത ശീലങ്ങളിലൊന്ന്. ആദിക്കിപ്പോൾ രാത്രി യുറക്കം വളരെ കുറവാണ്. പട്ടാഭിരാമിലെ ഏറ്റവും വലിയ സ്റ്റീൽ ഫാ ബ്രിക്കേഷൻ കമ്പനിയാണയാളുടേത്. സീനിയർ സെയിൽസ് മാനേജ രായി പ്രൊമോഷൻ ലഭിച്ചിട്ട് മൂന്നു വർഷമായി. യാത്രകളും മീറ്റിങ്ങു കളും ഇപ്പോളയാളുടെ വിശ്രമസമയത്തെ മുഴുവൻ അപഹരിച്ചു കഴി ഞ്ഞിരിക്കുന്നു. കളിചിരികളില്ലാതെ ജീവിതം വരണ്ട നദിപോലെയൊ ഴുകാൻ തുടങ്ങിയിട്ടും കാലം കുറച്ചായല്ലോ. പ്രഷർകുക്കറിൽ അരി ക ഴുകിയിടുമ്പോൾ വിരസതയോടെ അവളോർത്തു.

വഴിയിൽ കിടന്നുറങ്ങുന്ന പവനെ ഉണർത്താൻ ശ്രമിച്ച ശേഷം അവൾ അപ്പായുടെ കിടപ്പുമുറിയിലേക്കു പോയി. വർഷങ്ങളായി ചലന ശേഷി നഷ്ടപ്പെട്ടു കിടക്കുകയാണ് ആദിനാഥന്റെ അപ്പാ. ചെന്നെയിൽ ഒരു വലിയ സ്ഥാപനത്തിൽ ചീഫ് സെക്യൂരിറ്റി ഓഫീസറായിരുന്നു മുരു കാനന്ദം പളനിസ്വാമി. ആനന്ദിയുടെ അപ്പായുടെ ആർമിസേവന കാലത്തെ സുഹൃത്തായിരുന്നു അയാൾ. കാർക്കശ്യത്തിൽ ആരാണ് കൂടുതൽ മുന്നിൽ എന്നൊരു വ്യത്യാസമേയുള്ളൂവെന്ന് കല്യാണം കഴിഞ്ഞ കാലത്ത് ആദിനാഥൻ പറയുമായിരുന്നു. പക്ഷാഘാതത്തെ ത്തുടർന്നുള്ള തളർച്ച മുരുകാനന്ദന്റെ കാർക്കശ്യത്തെ മാത്രം തളർത്തി യിട്ടില്ല. കണ്ണുകളിലിപ്പോഴും പഴയ പ്രതാപം തളംകെട്ടി നില്ക്കുന്നത് കാണുമ്പോൾ ആനന്ദിക്ക് ഭയം തോന്നും..

അപ്പായുടെ മൂക്കിനു താഴെ വിരൽ വച്ചു നോക്കുമ്പോൾ ആനന്ദിക്ക് ആശ്വാസം തോന്നി. ഇന്നൊരു ദിവസത്തേക്കു മാത്രം. നാളെ രാവിലെയും ഇതേ ഭയത്തോടെ അപ്പായുടെ മൂക്കിൽ വിരൽ ചേർത്തുനോക്കും. ഭാര തിയെന്നൊരു ഹോംനഴ്സ് പകൽനേരങ്ങളിൽ പരിചരണത്തിനു വരും. അത്ര തൃപ്തികരമൊന്നുമല്ല അവരുടെ സേവനം. പോരാത്തതിന് കനത്ത ചാർജ്ജും. പക്ഷേ, നിവൃത്തിയില്ല. രാത്രികളിൽ ആ രണ്ടു കിടപ്പുമുറി ഫ്ളാറ്റിനു മീതെ മരണം കറുത്ത ചിറകടിച്ചു പറക്കുന്നുണ്ടെന്നവൾ ഭയന്നു. മരണം എന്നും ആനന്ദിയെ ഭയപ്പെടുത്തി. ആദ്യം കണ്ട മരണം കളിക്കൂട്ടുകാരിയായിരുന്ന വെണ്ണിലായുടേതാണ്. കോവിലിനടുത്ത കുള ത്തിൽ ആമ്പൽപ്പൂക്കൾക്കിടയിൽനിന്ന് ആളുകൾ വാരിയെടുത്ത വെണ്ണി ലായുടെ ശരീരം മഞ്ഞുപോലെ തണുത്തുറഞ്ഞിരുന്നു. വലുതായപ്പോഴും അവൾ മരണവീടുകളിലേക്കു പോകാൻ കൂട്ടാക്കിയില്ല. പൂക്കളും നില വിളികളും ധൂപത്തിരികളും ശവഘോഷയാത്രയും അവളെ തണുത്തു റയിപ്പിച്ചു. ജീവിതത്തോട് അത്രയ്ക്കു പ്രണയമായിരുന്നു അവൾക്ക്. വരണ്ട മണ്ണടരുകളിൽനിന്നു പൊട്ടിയടരുന്ന കുഞ്ഞുപൂക്കൾ പോലെ ഇരുകൈകളും നീട്ടി അവളതിനെ വാരിപ്പുണരാൻ ശ്രമിച്ചുകൊണ്ടേയി രുന്നു.

മൂന്ന്

ഭാരതിയക്ക വരുമ്പോഴേക്ക് ഭക്ഷണമെല്ലാമുണ്ടാക്കി വീട് വൃത്തി യാക്കണം. എന്നിട്ടു വേണം ആനന്ദിക്ക് ഹണ്ടേഴ്സ് റോഡിലുള്ള ഓഫീ സിലേക്കു പോകാൻ. അപ്പായുടെ അസുഖവും പവന്റെ പരീക്ഷയുമൊ ക്കെയായി ലീവ് ഏകദേശം തീർന്നിരിക്കുന്നു. പവന് അലർജി പ്രശ്നം വല്ലാതെയുണ്ട്. താമസം മാറിയാൽ ഒരുപക്ഷേ, ആശ്വാസമായേക്കുമെ ന്നാണ് ഡോക്ടർ പറയുന്നത്. നഗരമാലിന്യമില്ലാത്ത ഏതു സ്ഥലമുണ്ട് സ്വസ്ഥമായി താമസിക്കാനെന്നാണ് ആദിനാഥന്റെ ചോദ്യം. ശരിയാണു താനും. കണ്ണിയമ്മൻ നഗറിലെ ആ ഫ്ളാറ്റിൽനിന്നു കമ്പനിയിലേക്കും കേന്ദ്രീയവിദ്യാലയത്തിലേക്കും നടന്നുപോകാവുന്ന ദൂരം മാത്രമേയുള്ളൂ. അത് ആദിക്കും പവനും വലിയ സൗകര്യമാണ്. ആനന്ദിക്കു മാത്രമാണ് കുറച്ചു യാത്ര വേണ്ടിവരുന്നത്. നിറയെ തിരക്കുകളാണെങ്കിലും ജോലി ചെയ്യാനിഷ്ടമായിരുന്നു അവൾക്ക്. അപ്പായുടെ ആഗ്രഹമായിരുന്നു അത്. മരണശേഷമമാത്രം അവൾക്ക് പൂർത്തീകരിക്കാൻ കഴിഞ്ഞ സ്വപ്നങ്ങ ളിലൊന്ന്. അരമണിക്കൂർ നേരത്തെ ട്രെയിൻ യാത്രയേയുള്ളൂ ഓഫീ സിലേക്. ആർക്കോണത്തുനിന്നും തിരുവള്ളുവരിൽനിന്നും വരുന്ന തീവ ണ്ടികൾക്കെല്ലാം അവിടെ ഹാൾട്ടുണ്ട്. ശീലം കൊണ്ട് യാത്ര അവൾക്ക് പഥ്യമായിത്തീർന്നിരുന്നു. നീലമേഘം പെയ്യാൻ തുടങ്ങിയതിനു ശേഷം പടിഞ്ഞാറൻ റെയിൽപ്പാതയിലൂടെയുള്ള ആ ഹ്രസ്വദൂരയാത്രകൾ അവൾക്ക് ആവേശവുമായിത്തീർന്നിരുന്നല്ലോ.

നാല്

ഓട്സ് മധുരം ചേർക്കാതെ പാലിൽ കുറുക്കി. ഇഡ്ഡലിയും സാമ്പാറും ഭാരതിയക്കയ്ക്ക്. ബ്രഡ് ബട്ടർ ജാം പവനും ആദിക്കും. ത നിക്കായി ആനന്ദി ഒന്നും ഉണ്ടാക്കാറില്ല. വർഷങ്ങളായി പിൻതുടരുന്ന മറവികളെക്കുറിച്ചായിരുന്നു അവൾ ചിന്തിച്ചതത്രയും. എന്നും എന്തെ ങ്കിലുമൊന്ന് മറക്കാതിരിക്കില്ല. അത് സ്വന്തമായ എന്തെങ്കിലുമായിരിക്കും എന്നതാണ് രസം. തല തുവർത്താൻ, പുതിയ സാരി അയൺ ചെയ്തു ധരിക്കാൻ, പൊട്ടു തൊടാൻ, പൊട്ടിയ ചെരിപ്പു മാറ്റി ധരിക്കാൻ, ഭക്ഷണം കഴിക്കാൻ. അങ്ങനെയെന്തെങ്കിലും. ആദ്യമൊക്കെ മൊബൈൽ മറന്നു വെച്ചാൽ, ആദി ബഹളമുണ്ടാക്കുമായിരുന്നു. തിരക്കേറിയതിനുശേഷം ജോലിസമയത്ത് അയാൾ അവളെ വിളിക്കുന്നതു തന്നെ അപൂർവ്വമാ യിരിക്കുന്നു.

ഇന്നേതായാലും മറക്കാൻ പറ്റാത്ത ഒരു ദിവസമാണ്. നീലമേഘ ത്തിനായി വാങ്ങിയ സമ്മാനം ബാഗിൽ ഭദ്രമായി വച്ചിരിക്കുകയാണ്. ലെവിസിന്റെ കടുംചുവപ്പു നിറമുള്ള ടി ഷേർട്ട്. ചുവപ്പാണ് അയാളുടെ ഇഷ്ടനിറം. നീലജീൻസിന് ആ ടി ഷേർട്ട് നന്നായി ചേരും. ഇന്നലെ അഭി

രാമി മെഗാ മാളിൽനിന്ന് അതു വാങ്ങാനിറങ്ങിയത് ജയന്തിയക്കയുടെ കണ്ണുവെട്ടിച്ചാണ്. അവർക്കെല്ലാവരേയും സംശയമാണ്. അതുമിതും ചോദിച്ചുകൊണ്ടിരിക്കും. തുണിക്കടയിലെ കവർ കണ്ടാൽ അതു തുറന്നു കാണിച്ചേ പറ്റൂ. ടി ഷേർട്ടെങ്ങാനും കണ്ടിരുന്നെങ്കിൽ പിന്നെ പറയേ ണ്ട. ആദിക്ക് ഇതുപാകമാവില്ലല്ലോ. ആങ്ങളമാരില്ലല്ലോ നിനക്ക്. അങ്ങ നെ വിചാരണ തുടങ്ങും ജയന്തിയക്ക. ഷോപ്പിങ് മാളിലെ കറുത്ത പ്ര തിമകൾ കടുംചുവപ്പു ടി ഷേർട്ടിൽ ഗംഭീരമായിത്തോന്നി. നീലമേഘ ത്തിനും അത് നന്നായിരിക്കും. വടിവൊത്തതാണ് അവന്റെ ശരീരം.. എ ത്ര ബലിഷ്ഠമാണവന്റെ കൈകൾ. ആനന്ദി കോരിത്തരിപ്പോടെ ആ ടി ഷേർട്ടിൽ വിരലോടിച്ചു.

ആദിക്കിന്ന് ദൂരയാത്രയുണ്ട്. ഈയൊരു രാത്രി മാത്രം അപ്പായുടെ കൂടെ നില്ക്കാമെന്ന് ഭാരതിയക്ക സമ്മതം പറഞ്ഞിട്ടുണ്ട്. പവന് സ്റ്റഡി ടൂറാണ്. നാളെ വൈകിട്ടേ വരൂ.

കാട്ടുമൈനയെപ്പോലെ അവളുടെ മനസ്സു ചുളംകുത്തി.. സ്വാതന്ത്ര്യ ത്തിലേക്കുള്ള ഒരു രാത്രി....

കണ്ണേ.... നേട്രൂ കൂടെ നീയെൻ കൈക്ക് ഉള്ളേ തന്നെ ഇരുന്തേ[1]

നീലമേഘത്തിന്റെ സന്ദേശം അവളുടെ ഫോണിൽ മായാതെ കിട പ്പുണ്ട്.

അഞ്ച്

ആനന്ദി അന്ന് ഒന്നും മറന്നില്ല. ഭാരതിയക്കയെ വീടേല്പിച്ച്, ഇളം റോസ് നിറമുള്ള ബംഗാൾ കോട്ടൻ സാരി ഭംഗിയായി ഞൊറിഞ്ഞുടുത്ത്, മുടിയിൽ ഒരു മുഴം മുല്ലപ്പൂമാല ചൂടി പുറത്തിറങ്ങുമ്പോൾ കനം കുറ ഞ്ഞ രാത്രിയുടുപ്പ് ബാഗിൽ ഭദ്രമാക്കിവെയ്ക്കാൻ പോലും അവൾ മറ ന്നില്ല. വൈകുന്നേരം ഓഫീസിൽ നിന്നിറങ്ങാൻ വൈകിയതിനാൽ ട്രെയിൻ കിട്ടിയില്ലെന്നു ഭാരതിയക്കയോട് പറയാനൊരു നുണ അവൾ നേരത്തെ കരുതി വച്ചു. ആദി വിളിക്കുകയാണെങ്കിൽ പറയാനുള്ള നുണ വേറെയും. തങ്ങൾക്കിടയിലെന്താണ് സംഭവിച്ചതെന്ന് അവൾക്കു മന സ്സിലാക്കാനായില്ല. ഈയിടെയായി തുറന്നുള്ള സംസാരങ്ങൾ തീരെ കുറ വാണ്. വല്ലതും പറഞ്ഞാൽ അത് അഭിപ്രായവ്യത്യാസങ്ങളായി മാറു കയും ചെയ്തു. എല്ലാ ദാമ്പത്യങ്ങളും കുറേക്കാലം കഴിഞ്ഞാലിങ്ങനെ നിറം കെട്ടുപോകുമോ. മങ്ങിയ പട്ടുചേലയിലെ സ്വർണ്ണക്കരപോലെ തേഞ്ഞുതേഞ്ഞ്.. അതിനിടയിലെങ്ങാൻ നീലമേഘങ്ങൾ പെയ്യാൻ വെമ്പി ഒളിച്ചിരിക്കുന്നുണ്ടാവുമോ..

---

1 ഇന്നലെക്കൂടി നീയെന്റെ കരവലയത്തിലുണ്ടായിരുന്നല്ലോ

ആറ്

ഇരുണ്ട് ഉയരമുള്ള ചെറുപ്പക്കാരന്റെ മുഖത്ത് യുവത്വം നിറഞ്ഞു നിന്നിരുന്നു. പഠിത്തം കഴിഞ്ഞിറങ്ങിയതേയുള്ളൂ എന്നു തോന്നും. എങ്കിലും പ്രായത്തിനു ചേരാത്തൊരു സങ്കടം പ്രകാശമുള്ള കണ്ണുക ളിൽ തളംകെട്ടി നില്ക്കുന്നത് ആനന്ദിയെ ആശയക്കുഴപ്പത്തിലാക്കുകയും ചെയ്തു. ഓഫീസിലെ തിരക്കിൽ അതൊന്നും ശ്രദ്ധിക്കാറില്ല. ദിവസവും ഒരുപാടാളുകൾ വരുന്ന സ്ഥാപനം. ക്ലെയിമുകൾക്കു പിറകെ നടന്ന് ദിവസം തീരും. ഇന്നു പക്ഷേ, ആ പേരാണ് അവളെ പിടിച്ചു നിർത്തി യത്.

നീലമേഘം. തിരുമുല്ലെവായലാണ് വിലാസം കൊടുത്തിരിക്കുന്നത്. ആടിമാസം തിമർത്തുപെയ്യുമ്പോൾ കുടയില്ലാതെ കയറി വന്ന് ഏതാണ്ട് പൂർത്തിയാവാറായ ഒരു പോളിസി സറണ്ടർ ചെയ്യണമെന്നു പറഞ്ഞ പ്പോൾ അംഗീകരിക്കാനായില്ല. വലിയ നഷ്ടംവരും. കുറച്ചു കാലം കൂടി കാത്തുനില്ക്കുന്നതല്ലേ നല്ലതെന്നു പറഞ്ഞപ്പോൾ അയാൾ നിഷേധിച്ചു. അത്യാവശ്യമുള്ളതുകൊണ്ടാണെന്നയാൾ വീണ്ടും വീണ്ടും പറഞ്ഞു. ഭയങ്കരമായ ഒരാധി അയാളുടെ കണ്ണുകളിൽ നിറഞ്ഞുനിന്നിരുന്നു. ഒടു വിൽ മുഴുവൻ സമയവും കൊടുത്ത് ആനന്ദി അയാളെ ശ്രദ്ധയോടെ കേട്ടു. തിരിച്ചു പോകുമ്പോൾ നീലമേഘം ശാന്തനായിരുന്നു. കണ്ണുക ളിൽ തളം കെട്ടി നിന്ന ആടിക്കാർ മുഴുവൻ പെയ്തു തീർന്നിരുന്നു.

"ആനന്ദിയക്കാ.. ഞാനന്ന് മരിക്കാൻ തീരുമാനിച്ചിരുന്നു."

മാസങ്ങൾക്കുശേഷം കണ്ണിയമ്മൻ കോവിലിലേക്കു പോകുന്ന വഴി യിൽ വച്ച് നീലമേഘം പറഞ്ഞു. ദീപാവലിത്തെരുവുകളിലൂടെയായി രുന്നു അവർ നടന്നിരുന്നത്. കോലം വരച്ച വീട്ടുമുറ്റങ്ങളിൽ നിന്ന് പട ക്കങ്ങൾ റോഡിലെത്തിയിരിക്കുന്നു. മധുരപലഹാരങ്ങളുണ്ടാക്കി വില് ക്കുന്നവരുടെ തിരക്കുകൾക്കിടയിലൂടെ നീലമേഘത്തിനോടൊപ്പം നടന്നു പോകുമ്പോൾ പിറക്കാതെപോയ അനിയനെപ്രതിയുള്ള വേദന അവ ളിൽ നിന്നകന്നു പോയിരുന്നു.

കടലിലേക്കു ചാടി മരിക്കണമെന്നാണു നീലമേഘം കരുതിയിരു ന്നത്. മാനേജരുടെ കൃത്രിമം കൊണ്ട് പണമിടപാടു സ്ഥാപനത്തിലെ ജോലി നഷ്ടപ്പെട്ടു, കടങ്ങളും ഇടപാടുകാരുടെ പഴിപറച്ചിലും. പോളിസി സറണ്ടർ ചെയ്യാതെ ആനന്ദി അവന് ഒരു ലോൺ സംഘടിപ്പിച്ചു കൊടുത്തു. ആദിനാഥന്റെ ശുപാർശയിൽ ഫിലിംസിറ്റിയിലെ ജോലിയും. ഏറെക്കഴിയും മുമ്പ് മാനേജരെ പൊലീസ് അറസ്റ്റു ചെയ്തു.. നിരപരാ ധിത്വം വെളിവായതോടെ അവൻ ഊർജ്ജസ്വലതയിലേക്കു തിരിച്ചെത്തി. ചില വാരാന്ത്യങ്ങളിൽ സ്നേഹവും നന്ദിയും കണ്ണിൽ നിറച്ച് പഴങ്ങളും പലഹാരങ്ങളുമായി ആനന്ദിയുടെ ഫ്ലാറ്റിലേക്കു വന്നു. വീട്ടുഭക്ഷണം രുചിയോടെ കഴിച്ചു. അവനു വേണ്ടി പലപ്പോഴും തൈർസാദവും പൊ

കലുമൊരുക്കാൻ ആനന്ദിക്കു സന്തോഷമായിരുന്നു.

"അക്കായെ കണ്ടില്ലായിരുന്നെങ്കിൽ കടൽപ്പാലത്തിൽ നിന്ന് അന്നു ഞാൻ..."

അവൻ ഇടയ്ക്കിടെ പറയും. ആനന്ദിക്കത് ഓർക്കാനേ വയ്യ. വെണ്ണി ലായെപ്പോലെ തണുത്തുറഞ്ഞ് മഞ്ഞുപോലെ അവൻ..

ഭീതിയും അപകർഷതയും അതിവൈകാരികതയുമാണ് നീലമേ ഘമെന്നവൾ തിരിച്ചറിഞ്ഞത് ആ ദീപാവലി ദിവസമാണ്. ഇരുട്ടും വെളി ച്ചവും ഒളിച്ചുകളി നടത്തുന്ന കണ്ണിയമ്മൻ നഗറിന്റെ ഒഴിഞ്ഞ ലൈ നിൽവെച്ച് നീലമേഘം അവളുടെ വരണ്ടുവിയർത്ത കൈകൾ പിടിച്ച മർത്തി.

അൻപേ...

അവന്റെ ശബ്ദം വിറയ്ക്കുന്നുണ്ടായിരുന്നു. അതിൽപ്പിന്നെ അവനവളെ അക്കാ എന്നു വിളിച്ചിട്ടില്ല.

ആ രാത്രിയിൽ ആദിനാഥന്റെ കിടക്കയുടെ ഓരം ചേർന്നു കിടക്കേ അവളുടെ വിഹലസ്വപ്നങ്ങൾക്കു മീതെ നീലമേഘം നിർത്താതെ പെയ്തു.

"മഴൈ.. മഴൈ.."

അവളുടെ നേർത്ത സ്വരം കേട്ട് ആദിനാഥൻ അമ്പരപ്പോടെ ജനൽ തുറന്നു. പുറത്ത് കാർമേഘങ്ങളൊഴിഞ്ഞ ആകാശത്ത് തിളങ്ങുന്ന നക്ഷ ത്രങ്ങൾ അറിയാത്ത ഭാഷയിൽ അയാളോടെന്തോ പിറുപിറുത്തു.

ഏഴ്

തിരുമുല്ലൈവായൽ കഴിഞ്ഞാണ് ആനന്ദി ശരിക്കും നിശ്വാസമയ ച്ചത്. ജന്മദിനമായിട്ട് ഒന്നു സന്തോഷിപ്പിക്കാനായി നീലമേഘം അവിടെ നിന്നു ട്രെയിനിൽ കയറിയേക്കുമോ എന്നൊരു ഭയം അവൾക്കുണ്ടായി രുന്നു. യാത്രയിലാണെന്നു കള്ളം പറഞ്ഞതാണെങ്കിലോ. പ്ലാറ്റ്ഫോമിൽ അധികം ആളുകളില്ലായിരുന്നു. അവളുടെ കമ്പാർട്ട്മെന്റിൽ ആരും കയ റിയതുമില്ല.

വൈകുന്നേരം മൂന്നുമണിയാകുമ്പോൾ ഹാണ്ടേഴ്സ് റോഡിൽ കാത്തുനില്ക്കുമെന്നാണയാൾ പറഞ്ഞിരിക്കുന്നത്.. അശോകയിൽ ചെറി യൊരു ട്രീറ്റ്. ബർത് ഡേ കേക്ക് നേരത്തെ പറഞ്ഞു വച്ചതാണ്. അവിടം കൊണ്ട് തീരുന്നില്ല ഈ ജന്മദിനമെന്ന് നീലമേഘം പറഞ്ഞു വച്ചിട്ടുണ്ട്. ഫോർട്ടിൽ, ശാന്തമായ ലേ സൈലൻസ് ടൂറിസ്റ്റ് റിസോർട്ടിൽ ഒരു മാസ ത്തെ ശമ്പളം മുഴുവൻ ചേർത്ത് നീലമേഘം ഈ രാത്രിയിലേക്ക് ഒരു കൂടു പണിതിരിക്കുന്നു. വെളുത്തു ലോലമായ ജാലകവിരികൾ കാറ്റി ലിളകുന്ന ശീതീകരിച്ച മുറിയുടെ ചില്ലു ജാലകങ്ങൾക്കപ്പുറം മായക്കാ ഴ്ചകളൊരുപാടുണ്ടുപോലും..

ഉള്ളിലെ കയ്പുമുഴുവൻ ട്രെയിനിലെ വാഷ്ബേസിനിലേക്കു ചൊരി

ഞ്ഞിടുമ്പോഴേക്ക് അവൾ വിയർത്തു കുളിച്ചിരുന്നു.

എട്ട്

വീടിന്റെ താളം പിഴയ്ക്കുന്നത് ആദിനാഥനു മനസ്സിലായിരുന്നോ എന്തോ. കൃത്യമായി പോയിരുന്ന വീട്ടുപതിവുകളിൽ അലസത വന്നു മൂടുമ്പോൾ, ഗൗരവമേറിയതെന്തെങ്കിലും സംസാരിക്കുന്ന സമയത്ത് മൊബൈലിൽത്തന്നെ കണ്ണും മനസ്സും ചികയുമ്പോൾ, ഗെയിം കളി ക്കാനായി ഫോണെടുത്ത് പാസ് വേർഡിനെക്കുറിച്ചു പവൻ പരാതി പറ യുമ്പോൾ പത്രം വായന നിർത്തി, ആദി കണ്ണടയ്ക്കുള്ളിലൂടെ ഒന്നു നോക്കും. ഭയപ്പാടോടെ മാത്രമേ അത് നേരിടാൻ കഴിഞ്ഞിട്ടുള്ളൂ. കഴിഞ്ഞ രണ്ടരവർഷമായിത്തുടരുന്ന അപകടകരമായ ആ കളി അവളെ ഭയപ്പെടുത്താൻ തുടങ്ങിയിരുന്നുവെന്നതായിരുന്നു യാഥാർത്ഥ്യം. അതിൽ നിന്നു മോചിതയാവാനും അവൾക്കാകുമായിരുന്നില്ല. ആനന്ദി പകുതി കഴിച്ചു വെച്ച കാപ്പിക്കപ്പിൽ ചുണ്ടുകൾ മൊത്തിയാണ് നീലമേഘമവളെ ആദ്യമായി പേരുചൊല്ലിവിളിച്ചത്. അതിൽപ്പിന്നെ ആർക്കുമെത്താൻ കഴി യാത്തത്ര ഉയരത്തിൽ അവളുടെ ആകാശത്ത് മേഘമായവൻ പൊങ്ങി പ്പറക്കാൻ തുടങ്ങി. ആദിയേക്കാൾ, പവനേക്കാൾ അതവളെ പൊതിഞ്ഞു പിടിക്കുകയും മഴയാൽ തണുപ്പിക്കുകയും ചെയ്തിരുന്നു. ഇരുണ്ട ആ ചിറകുകളുടെ കാവൽ വേണ്ടന്നുവയ്ക്കാനവൾക്കായില്ല. വിവാഹശേഷം കുറച്ചുവർഷങ്ങൾ കഴിഞ്ഞതോടെ ആദി മറന്നുപോയ അവളുടെ ജന്മ ദിനമോർമ്മിപ്പിച്ച് അവൻ കൊണ്ടുവരുന്ന മധുരം, സെൻട്രലിലേക്കു പോകുന്ന ഹ്രസ്വദൂരത്തീവണ്ടിയിൽ അപ്രതീക്ഷിതമായി കൂട്ടുവരുമ്പോ ഴുള്ള സുരക്ഷിതത്വം. പിന്നെ, അൻപേ എന്ന വിളിയിൽ പിന്നിലേക്കു പായുന്ന സംവത്സരങ്ങൾ.. വ്യാമോഹങ്ങളിൽനിന്നു മോചിതയാവാൻ അവൾക്കു കഴിഞ്ഞതേയില്ല.

ഒൻപത്

ഗാന്ധാരിയമ്മൻ കോവിലിൽ പൂജയ്ക്കു പോകുന്ന നീലപ്പട്ടുപാ വാടക്കാരി കാണാൻ അഴകുള്ളവളെന്നു ആൽമരച്ചുവട്ടിലും പൂക്കാരി യുടെയരികിലും കൂടിനിന്ന യുവാക്കളുടെ നോട്ടങ്ങൾ സാക്ഷ്യപ്പെടുത്തി യിരുന്ന കൗമാരം. പൂമ്പാറ്റകളെപ്പോലെ ഓരോ അഴകളവുകളിലും മുട്ടി യുരുമ്മിപ്പോകുന്ന ആൺകണ്ണുകളിലെ സ്വപ്നങ്ങൾ തിരയാൻ പക്ഷേ, ആനന്ദിക്ക് ഒരിക്കലും ധൈര്യമുണ്ടായിട്ടില്ല. പ്രേമം എന്നു കേൾക്കു മ്പോഴേ തുള്ളിയുറയുന്ന ആർമിക്കാരൻ കൃപാനിധിയുടെ മൂന്നു പെൺ മക്കളും ജയിലിലെന്ന പോലെയാണ് ബാല്യകൗമാരങ്ങൾ ജീവിച്ചു തീർ ത്തത്. അപ്പായുടെ ഇളയ പെങ്ങളുടെ ജീവിതം ഒരു ദുരന്തപ്രണയകഥ

യാണെന്നു പാട്ടിയമ്മ കണ്ണീരോടെ പറഞ്ഞു തന്നിട്ടുണ്ട്. അന്യജാതി ക്കാരനോടൊപ്പം ഒളിച്ചോടിയ മധുമൊഴിക്ക് പക്ഷേ, അയാൾക്കൊപ്പം ജീവിക്കാനായില്ല. ഗ്രാമത്തിൽ വലിയ ലഹളയുണ്ടായി. ഒടുവിൽ നവ ദമ്പതികളുടെ ജീവനറ്റ ദേഹങ്ങൾ കോവിലിനു സമീപത്തെ കുളത്തിൽ പൊങ്ങി. ആത്മഹത്യയല്ലെന്നാണ് എല്ലാവരും പറഞ്ഞത്. ദേഹത്ത് നിറയെ മുറിവുകളുണ്ടായിരുന്നുവത്രെ. കുടുംബത്തിലാരും തന്നെ പിന്നെ പ്രണയിച്ചതായി കേട്ടിട്ടില്ല. ആനന്ദിയും അക്കമാരും പെൺപള്ളിക്കൂട ത്തിലും വനിതാ കോളജിലുമായാണ് പഠിച്ചത്. പഠനം തീർന്നയുടനെ കല്യാണം. മറ്റുള്ളവർ വരച്ചിട്ട പാതകളിലൂടെയായിരുന്നു എന്നും ജീവിതം ഒഴുകിപ്പോയത്. അപ്പ, അമ്മ, അക്കമാർ, വീട്, ആദി, സമൂഹം, സമുദായം അങ്ങനെ പാതകൾ വരച്ചിടാൻ ഓരോരുത്തർ. ഓരോ സ്ത്രീ യുടെയും ജീവിതം മറ്റാരൊക്കെയോ ചേർന്നു വരച്ചിട്ട പാതയിലൂടെ യാണു പോകുന്നതെന്ന് ആനന്ദി തിരിച്ചറിഞ്ഞതങ്ങനെയായിരുന്നു.

പത്ത്

നീലമേഘത്തിന്റെ മെസേജിന് ട്രെയിനിൽവച്ച് മറുപടി കൊടുക്കാ മെന്നാണ് വീട്ടിൽ നിന്നിറങ്ങുമ്പോൾ കരുതിയത്. മനസ്സിൽ ഓരോന്നെ ഴുതി മായ്ച്ചു കൊണ്ടാണ് സ്റ്റേഷനിലേക്ക് ഓട്ടോ പിടിച്ചത്. പക്ഷേ, റെയിൽവേ പുറമ്പോക്കിലെ ഒരു സാധാരണ ദൃശ്യത്തിന് തന്നെ അടി മുടി പിടിച്ചുലയ്ക്കാനാവുമെന്നവൾ പ്രതീക്ഷിച്ചതേയില്ല. മാലിന്യക്കൂ മ്പാരത്തിനിടയിൽ പരതുകയായിരുന്നു മെലിഞ്ഞുണങ്ങിയൊരു പെൺ പട്ടി. ദിവസങ്ങളായിക്കാണും അത് ആഹാരം കഴിച്ചിട്ട്. പ്രസവിച്ച് അധി കനാളാവത്തിനാലാവാം മുലകൾ വികൃതമായി മണ്ണിലേക്ക് ഞാന്നു കിടന്നിരുന്നു. അതിന്റെ തളർന്ന കണ്ണിൽ ഭയങ്കരമായ ഒരാർത്തിയുണ്ടാ യിരുന്നു. സ്റ്റേഷൻ പരിസരങ്ങളിൽ അതെല്ലാം സാധാരണ കാഴ്ചയാണ്. ശ്രദ്ധിക്കാതെ പോവുകയാണ് പതിവ്. പക്ഷേ, ഇന്നത്തെ ദിവസം എന്ന ത്തേയും പോലെയല്ല. രാവിലെ ഉണരുമ്പോൾ മുതൽ ഓരോ നിമിഷവും അവൾ പളുങ്കുമുത്തുപോലെ ഹൃദയത്തിനുള്ളിൽ സൂക്ഷിച്ചു. മറ്റുള്ള വർ വരച്ചിട്ട പാതയിൽ നിന്ന് ഒരു ദിവസത്തേക്കെങ്കിലും മാറിനടക്കാനു ള്ള ആവേശം ഓരോ നിമിഷവും ഉള്ളിൽ പ്രകമ്പനം കൊണ്ടു. ആദിയു ടെ ബാഗ് പായ്ക്ക് ചെയ്തപ്പോൾ അയാൾക്കിഷ്ടപ്പെട്ട തിരുനൽവേലി ഹൽവയുടെ വലിയൊരു കഷണം രഹസ്യമായി അതിനകത്തുവച്ചു. വെളുത്ത ചോക്കലേറ്റ് ബാർ പവന്റെ ബാക്ക്പായ്ക്കിലും. നെറ്റിയിൽ പ തിവില്ലാത്തൊരു മുത്തം നല്കിയപ്പോൾ മുരുകാനന്ദത്തിന്റെ പീള കെട്ടിയ കണ്ണുകൾ നിറഞ്ഞതവൾ കണ്ടു. അധികം പഴക്കമില്ലാത്ത കാഞ്ചീപുരം പട്ടുസാരി ഭാരതിയക്കയുടെ കൈയിൽ വച്ചു കൊടുത്ത പ്പോൾ അവരുടെ മുഖത്ത് ആർദ്രത നിറഞ്ഞതും ആനന്ദിയെ ആഹ്ലാദി പ്പിച്ചു. കല്യാണം കഴിഞ്ഞ് ആദ്യമായി യാത്ര പോയപ്പോൾ ആദി വാ

ങ്ങിക്കൊടുത്തതായിരുന്നു ആ മഞ്ഞപ്പട്ടുസാരി. പ്രഭാതത്തിന്റെ ഊർജ്ജം എല്ലായിടത്തും നിറയുന്നതായി അവൾക്കനുഭവപ്പെട്ടു. അതിനിടയിലായിരുന്നു കറുത്തു കൂറ്റനായൊരു നായ് റെയിൽവേ പുറമ്പോക്കിലേക്ക് പാഞ്ഞെടുത്തതും താളനിബദ്ധമായ ആ ദിവസത്തെ ആകെ കലക്കിമറിച്ചതും.

അസാധാരണമായ മുരൾച്ച. അതുകൊണ്ടുതന്നെ എല്ലാവരും ശ്രദ്ധിക്കുകയും ചെയ്തു ആ കാഴ്ച. നായ ആദ്യം തട്ടിയെടുത്തത് പെൺപട്ടിയുടെ വായിലെ പാതി മാത്രം കടിച്ച ബർഗ്ഗറാണ്. പെൺപട്ടി അതിന്റെ പിറകിൽ മോങ്ങിക്കൊണ്ടു നടക്കാൻ തുടങ്ങിയിരുന്നു. നായയാവട്ടെ, ബർഗ്ഗർ താഴെയിട്ട് അതിനെ പ്രാപിക്കാനുള്ള ശ്രമത്തിലാണ്.. മണപ്പിച്ചു മണപ്പിച്ച് അത് കാര്യം സാധിക്കുന്നത് കണ്ട് തെരുവുപിള്ളേർ കളിയാക്കിച്ചിരിക്കുന്നുണ്ടായിരുന്നു. ആനന്ദി സ്റ്റേഷനകത്തേക്കു കയറാനൊരുങ്ങുമ്പോഴാണ് ആ ജന്തുക്കളുടെ വികൃതമായ മുഖം ശ്രദ്ധിച്ചത്. പരസ്പരം വേറിടാനാവാതെ കാമം കൊണ്ട് വികൃതമായിത്തീർന്ന ആ മുഖങ്ങൾ നഗരായ സ്ത്രീപുരുഷൻമാരെയാണോർമ്മിപ്പിച്ചത്. ആദിമവികാരമൂർച്ഛയിൽ അവ ചെളിയിൽ കിടന്നുരുളുകയാണ്. ഒടുവിൽ ഒരു നീണ്ട മോങ്ങലോടെ പെൺപട്ടി ആണിൽ നിന്നു സ്വതന്ത്രയായി. പിൻകാലുകളിൽ നിന്നു നനവിറ്റിച്ചു കൊണ്ട് അത് ബർഗ്ഗറിനുവേണ്ടി ചെന്നെങ്കിലും അതും വായിൽ വച്ച് ആ കറുത്തനായ ഓടി മറഞ്ഞു. ആനിമിഷം ആനന്ദി അതിന്റെ സ്വാർത്ഥത നിറഞ്ഞ മുഖം കണ്ടു. അതിന് നീലമേഘത്തിന്റെ ഛായയായിരുന്നു..

വസന്തമകന്നുപോയ അവളുടെ പൂമരം ആ നിമിഷം തരിശായിത്തീർന്നു.

പതിനൊന്ന്

അടുക്കളയുടെ വറവു ഗന്ധങ്ങൾക്കിടയിൽ ഒരു മുഴുവൻ ദിവസത്തിന്റെ ഊർജ്ജവുമായെത്തിയിരുന്ന മൊബൈൽ സന്ദേശങ്ങൾ ട്രെയിൻ യാത്രയിൽ ചാഞ്ഞും ചരിഞ്ഞും വായിച്ചു നോക്കുകയായിരുന്നു ഏറെ നാളായി ആനന്ദിയുടെ പതിവ്. പിന്നെ കുറെ ആലോചിച്ച് അതിനുള്ള മറുപടി ടൈപ്പ് ചെയ്യും. ട്രെയിൻ ഹിന്ദുകോളേജ് കഴിഞ്ഞപ്പോഴേക്ക് തികട്ടിവന്ന ഛർദ്ദിലിനൊപ്പം അവൾ മൊബൈലിലെ എല്ലാ സന്ദേശങ്ങളും മായ്ച്ചു കളഞ്ഞു. പട്ടിണിയിലും ശരീരകാമനകൾ നിയന്ത്രിക്കാനാവാത്ത മെലിഞ്ഞുണങ്ങിയ പെൺപട്ടി ദയനീയമായി മോങ്ങുന്നതുപോലെ ആനന്ദിക്കു തോന്നി. രണ്ടരവർഷമായി താനുമൊരു തടവുകാരിയായിരുന്നു. വ്യാമോഹങ്ങളുടെ, അഭിവാഞ്ഛകളുടെ, മോഹഭംഗങ്ങളുടെ തടവുകാരി. മറ്റൊരാൾ സ്വാർത്ഥതയോടെ വരച്ചിട്ട പാതയായിരുന്നു അതും..

ബേസിൻ ബ്രിജ് ജങ്ഷൻ അടുക്കുകയാണ്. ഇനി തിരക്കു കൂടും. അവൾ ബാഗ് തുറന്ന്, നീലമേഘത്തിനായി വാങ്ങിയ ടി ഷേർട്ട് ജനാല

യിലൂടെ പുറത്തേക്കെറിഞ്ഞു. ചുവന്നമേഘമായി അത് ചെളിവെ
ള്ളത്തിലേക്കു കൂപ്പുകുത്തി. അഭിരാമി മാളിലെ കൽപ്രതിമകളുടെ കറു
ത്തുറച്ച ദേഹങ്ങൾ ഉള്ളിലൂടെ ഒരു നിമിഷം കടന്നുപോയി. പിന്നെ വലി
യൊരു ഭാരമിറങ്ങിയപോലെ അവൾ നിശ്വസിച്ചു. എല്ലാറ്റിൽ നിന്നുമൊരു
മോചനമായിരുന്നു മനസ്സാഗ്രഹിച്ചിരുന്നതെന്ന് അവൾ അപ്പോൾ തിരി
ച്ചറിഞ്ഞു.

പാഞ്ഞുവന്നൊരു ഭ്രാന്തൻകാറ്റിലപ്പോൾ നീലമേഘം പറന്നുപോയി.

പന്ത്രണ്ട്

യേൻ മൗനമാ ഇർക്കേ പ്രിയാ[2]
അൻപേ, നല്ലാർക്കീങ്കളാ[3]
ഇന്ത പൊറന്ത നാൾ എന്നേക്കുമേ ജ്ഞാപകത്തിലിറക്കണം[4]
നീലമേഘത്തിന്റെ ഭ്രാന്തുപിടിച്ച സന്ദേശങ്ങൾ തുടരെ വരുന്നു.
അവൾ ഓഫീസിലെ വാഷ്ബേസിനിലേക്ക് കയ്പുരസം ഛർദ്ദിച്ചു കൂട്ടി.

"ആനന്ദി. സുഖമില്ലേ. ഡോക്ടറെക്കാണണോ. പിടിക്കാത്ത ഭക്ഷണം
കഴിച്ചോ..."

ജയന്തിയക്ക, ദീപ്തി എല്ലാവരുടെയും ചോദ്യങ്ങൾ പുറത്തുനിന്നു
കേൾക്കാം.. ഫോണിൽ വീണ്ടും സീൽക്കാരത്തോടെ നീലമേഘത്തിന്റെ
പ്രണയം. അവൾ മൊബൈൽ ഓഫ് ചെയ്തു.

ഉച്ചയ്ക്കു മുമ്പേ ഓഫീസിൽ നിന്നിറങ്ങി ആനന്ദി വീട്ടിലെത്തു
മ്പോൾ ആദിയായിരുന്നു വാതിൽ തുറന്നത്. ഓഫീസ് വേഷത്തിൽത്ത
ന്നെയായിരുന്നു അയാൾ. അവൾ അമ്പരന്നു.

"എന്തു പറ്റി നിനക്ക് സുഖമില്ലേ..." ആർദ്രതയോടെ അയാൾ നെ
റ്റിയിൽ കൈവച്ചുനോക്കിയപ്പോൾ അവളതിനേക്കാൾ അമ്പരന്നു.

"ഏയ്.. ചെറിയൊരു തലവേദന.."

"അങ്ങനെയല്ല. നിനക്കെന്തോ പറ്റിയിട്ടുണ്ട്."

"ആദി മീറ്റിങ്ങിന് പോയില്ലേ.."

പ്രയാസപ്പെട്ട് അവൾ ചോദിച്ചു. ഇന്ന്, ഈ നിമിഷം, ആദി അടു
ത്തുണ്ടെന്നതിൽ അവൾക്കാശ്വാസം തോന്നി വല്ലാതെ.

"ബിസിനസ് മീറ്റ് മാറ്റി. ബാഗ് തുറന്നപ്പോഴാണ് നീയൊരുക്കി വച്ച
സർപ്രൈസ് കണ്ടത്. ആം ടച്ഡ് ആനന്ദി..."

"വലിയ കുറ്റബോധം തോന്നുകയാണ്.... നിനക്ക് വേണ്ടത്ര ശ്രദ്ധ
തരാൻ ഞാൻ പലപ്പോഴും മറന്നുപോകുന്നു. വീടും ജോലിയുമെല്ലാ
മായി നീയും വല്ലാതെ ക്ഷീണിച്ചിരിക്കുന്നു..."

ആദി അവളെ ചേർത്തുപിടിച്ചു.

---

2   എന്താ മൗനം പ്രിയേ

3   പ്രിയപ്പെട്ടവളേ, സുഖമില്ലേ....

4   അനശ്വരമാക്കണമീ ജന്മദിനം.

"നമുക്കൊരു യാത്ര പോകാം. യേർക്കാട് സുബ്രഹ്മണ്യത്തിനൊരു ഫാം ഹൗസുണ്ട്. എത്രയോ തവണ ക്ഷണിച്ചതാണയാൾ. നമുക്കു കുറ ച്ചുനാൾ അവിടെ പോയി താമസിക്കാം. സരസ്വതിയക്ക വന്ന് അപ്പാ യുടെ കാര്യങ്ങൾ നോക്കും. ഞാനവരെ വിളിച്ചു പറഞ്ഞിട്ടുണ്ട്."

കല്യാണം കഴിഞ്ഞ കാലത്ത് കടുത്ത സിനിമാഭ്രാന്തനായിരുന്നു ആദി. ഇളയരാജയുടെ പാട്ടുകളും അയാൾക്കു പ്രിയമായിരുന്നു. മു മ്പൊക്കെ വൈകുന്നേരങ്ങളിൽ ഒരു കുടന്ന മുല്ലപ്പൂവും ഹൃദ്യമായ ചി രിയുമായി അയാൾ വീട്ടിലെത്തുക നഗരത്തിലെ തിയറ്ററിലിറങ്ങുന്ന പുതിയ സിനിമകളുടെ ടിക്കറ്റുമായാണ്. പിന്നെയെപ്പോഴോ തിരക്കുകൾ ജീവിതത്തിന്റെ നിറങ്ങളെ മുഴുവൻ ഇരുളിലാഴ്ത്തുകയായിരുന്നു. പതി വുകൾ ഭാരമാവുകയും സംസാരത്തിൽ ഈർഷ്യവന്നു നിറയുകയും ചെയ്തു. തന്റെ ഭാഗത്തും തെറ്റുകളുണ്ടായിരുന്നല്ലോ. ആനന്ദി വേദന യോടെ ഓർമ്മിച്ചു

പരിഹരിക്കാനാവില്ലെങ്കിൽപ്പോലും ആദിയുടെ പ്രശ്നങ്ങൾ ചോദി ച്ചറിയാനോ ആശ്വസിപ്പിക്കാനോ സമയം കണ്ടെത്തിയിരുന്നില്ല താനും...

ഭാരതീയയക്ക പോയതിനുശേഷം അവർ ഒരുമിച്ചു ഭക്ഷണം കഴിച്ച് ഒരുപാടു സംസാരിച്ച് ഭാരം നഷ്ടപ്പെട്ട തൂവലുകളായി. പിന്നെ അനേകം ദിവസങ്ങൾക്കുശേഷം ആദിനാഥന്റെ കൈകളിൽ അവൾ വിശ്രാന്തിയോ ടെ ഉറങ്ങി.

പെയ്തു തീരാനാവാതെ ഇരുണ്ടു കനത്തൊരു മേഘം അപ്പോൾ ലേ സൈലൻസിലെ ഇരട്ടക്കട്ടിലുള്ള ശീതീകരിച്ച മുറിയിൽ വിങ്ങിക്കിട ക്കുന്നുണ്ടായിരുന്നെന്ന് ആനന്ദി ഓർത്തതുപോലുമില്ല. വെളുത്തജനാ ലയ്ക്കപ്പുറം അയാൾ കാണിച്ചു തരാമെന്നു പറഞ്ഞ മായക്കാഴ്ചകൾ അവളെ വ്യാമോഹിപ്പിച്ചതുമില്ല.

പതിമൂന്ന്

ആരൊക്കെയോ വരച്ചിടുന്ന പാതകളിലൂടെ കടന്നുപോകുമ്പോൾ ചിലത് നഷ്ടപ്പെടുന്നുവെന്നും ചിലത് നേടുന്നുവെന്നും ആനന്ദി മനസ്സിൽ കുറിച്ചിട്ടു. അവൾ ആഹ്ലാദവതിയായിരുന്നു. കുറച്ച് ദിവസങ്ങൾ ഓഫീസും വീടുമില്ലാതെ സ്വന്തമായിക്കിട്ടുന്നതിന്റെ ആഹ്ലാദം. ഇനി ഓഫീസിൽപോയി ലീവ് ശരിയാക്കണം. ലോസ് ഓഫ് പേ എങ്കിൽ അത്...

'അൻപേ. എന്നെ തനിയെ വീടാതീങ്കാ. എന്നാലേ എന്നെ അടക്ക മുടിയതില്ലെ'[5]

പാതിരാത്രിയെപ്പോഴോ വന്ന ആ സന്ദേശം മുഴുവൻ വായിക്കാതെ അവൾ മൊബൈലിൽനിന്നു മായ്ച്ചു കളഞ്ഞു. രാവിലെ.. പിന്നെ

---

5   എന്നെ തനിച്ചാക്കരുത്. എനിക്കെന്നെ നിയന്ത്രിക്കാനാവില്ല.

സിംകാർഡ് അഴിച്ചെടുത്ത് സാമ്പാർ പരിപ്പു വേവുന്ന ഗ്യാസ് സ്റ്റൗ വ്വിന്റെ നാളത്തിൽ വച്ചു. നീലനിറത്തിൽ ഒന്നു ജ്വലിച്ച് അത് കറുത്തി രുണ്ടുപോയി.

പതിനാല്

പ്രഭാതത്തിൽ, സെൻട്രലിലേക്കുള്ള ഫ്രസ്വദൂരത്തീവണ്ടി കാത്തു നിന്ന മുപ്പത്തിയാറുകാരിയായ ഉദ്യോഗസ്ഥയെ അജ്ഞാതനായ ചെറു പ്പക്കാരൻ വെട്ടിക്കൊലപ്പെടുത്തിയ വാർത്ത നഗരത്തെ വിറപ്പിച്ചു. മുൻ വൈരാഗ്യമോ മോഷണമോ പ്രണയമോ പകയോ എന്നു തിരിച്ചറിയാ നാവാതെ പൊലീസ് നഗരം ചുറ്റുമ്പോൾ കഴുത്തുമുറിഞ്ഞ്, തുറന്ന കണ്ണു കളിലൂടെ ആനന്ദി ചുവപ്പു പടർന്നുകയറുന്ന ആകാശം കണ്ടു.. അപ്പോൾ ദൂരെ നീലമേഘം കടലിലേക്കു പെയ്തിറങ്ങുന്നുണ്ടായിരുന്നു..

അവന്തിക

ഒന്ന്

ശീതകാലവെയിൽ നിലത്തു വീണു പടർന്നു. മയക്കത്തിനിടയി ലെപ്പോഴോ സംഗീതം നിലച്ചിരിക്കുന്നു. മരപ്പാളികൾ ചേർത്തുവച്ചു ണ്ടാക്കിയ, സാമാന്യം വലുപ്പമുള്ള, മുകൾനിലയിലെ ഒറ്റമുറിയായിരുന്നു അത്. ചുറ്റും പരന്നു കിടക്കുന്ന കോൺക്രീറ്റ് കെട്ടിടങ്ങളിൽനിന്നു വിഭി ന്നമായിരുന്നു ആ പഴയ കെട്ടിടം. ചുവപ്പും ചാരനിറവുമായ കെട്ടിടങ്ങൾ ക്കിടയിൽ അത് വേറിട്ടു നിന്നു. മുമ്പു താമസിച്ചിരുന്നവരാരോ മറന്നു വെച്ച, മേപ്പിൾ മരങ്ങളുടെ തീജ്ജ്വാലയ്ക്കു കീഴെ തിളങ്ങുന്ന പഗോഡ കളുടെ ചിത്രം പൊടി പുരണ്ട് വികൃതമായി ചുമരിൽ തൂങ്ങിക്കിടന്നു. തനിക്കു മുമ്പ് ആരോ ഈ മുറിയിൽ ജീവിച്ചിരുന്നുവെന്നയാൾക്ക് സങ്ക ല്പിക്കാൻ കഴിയാറേയില്ല. എത്രയോ കാലമായി അയാൾ അവിടെയു ണ്ടായിരുന്നു. ഇപ്പോൾ ആ മുറിയുടെ ഭാഗംപോലെയായിരിക്കുന്നു അയാളും.. വാടക കൃത്യമായിക്കൊടുക്കുകയും മത്സ്യമാംസാദികൾ പാകം ചെയ്യുകയും ചെയ്യാത്തിടത്തോളം അവിടെ താമസിപ്പിക്കാൻ വീ ട്ടുടമസ്ഥന് സന്തോഷമേയുള്ളൂ, ജനാലയിലൂടെ ഉപവീഥിയുടെ ഒരു ഭാഗം കാണാം. പുകമൂടിയ നഗരവീഥികൾ നേർത്ത സായാഹ്നവെയിലിൽ ഉണർ ന്നുവരുന്നു. വേപ്പിൻമരങ്ങളുടെയും കെട്ടിടങ്ങളുടെയും നിഴൽപറ്റി കടന്നു പോകുന്ന നദിയുടെ വിദൂരദൃശ്യം.

ശീതകാലം തീരാറായിരിക്കുന്നു. തണുപ്പു തീരാറാവുമ്പോൾ പകർ ച്ചവ്യാധികൾ കൂട്ടത്തോടെ വന്നുപെടും. ചാരനിറത്തിലുളള ഖാദി ക്കുർത്തക്കു മീതെ കമ്പിളിയുടുപ്പു ധരിച്ച് പുറത്തിറങ്ങുമ്പോൾ വെയിൽ താഴ്ന്ന കെട്ടിടങ്ങൾക്കപ്പുറം മന്ദിരിൽനിന്ന് സന്ധ്യാപൂജയുടെ മണിയൊ ച്ചകൾ കേട്ടു.

രണ്ട്

വെയിൽ തിളങ്ങുന്ന, വേപ്പിൻമരങ്ങൾ കാറ്റിലുലയുന്ന ഒരു പ്രഭാ തത്തിലാണ് നിപുണ്ദാ അവന്തികയെ തന്റെ വാടകമുറിയിലേക്കു കൊണ്ടുവന്നത്. ഭാണ്ഡക്കെട്ടുകൾ റിക്ഷയിൽനിന്നും പുറത്തേക്കെടുത്തു വച്ച് നിറം മങ്ങിയ കാലുറകളുടെ കീശയിൽ തപ്പി താക്കോൽ പുറത്തെ ടുത്ത് അയാൾ വാതിൽ തുറന്നു.

മരപ്പലക പാകിയ ആ പഴഞ്ചൻമുറിക്ക് അവൾ ബാലിഗഞ്ചിൽ ഉപേ ക്ഷിച്ചു പോന്ന പഴയവീടിന്റെതായ ഒന്നുമുണ്ടായിരുന്നില്ല. ബാലിഗഞ്ചി ലെ വീടിന്റെ പുറംവാതിലിൽ അവൾ അരിമാവുകൊണ്ട് ചിത്രങ്ങൾ വ രച്ചിരുന്നു. അമ്മയ്ക്കൊപ്പം അവിടെകഴിഞ്ഞ നാളുകൾ ഓർത്തപ്പോൾ അവളുടെ നെഞ്ചിൽ ഒരു വിങ്ങിപ്പൊട്ടലുയർന്നു. നിപുണ് ദായുടെ ഇളം മഞ്ഞനിറം വീണ മുഖത്ത് പക്ഷേ, എന്നത്തേയും പോലെ മരവിപ്പു മാത്രമേയുണ്ടായിരുന്നുള്ളൂ. അപരിചിതമായൊരു ഗന്ധം തളംകെട്ടി നില് ക്കുന്ന ആ മുറിയിലേക്കു കാലെടുത്തുവയ്ക്കുമ്പോൾ അവന്തിക, മായുടെ മരവിച്ച മുഖവും അടഞ്ഞ കണ്ണുകളുമോർത്തു. പിന്നെ ഉറക്കെ കരഞ്ഞേക്കുമെന്നു ഭയന്ന് ദുപ്പട്ടയുടെ തുമ്പെടുത്ത് വായിൽത്തിരുകി.

മൂന്ന്

ശീതകാലം ചുവന്ന ഇലകളായി പൊഴിഞ്ഞു തീർന്നു. നഗരത്തിന്റെ വശ്യത ഇരട്ടിച്ചതു പോലെ തോന്നി. നിരത്തുവക്കിലെങ്ങും പൂക്കളു ടെയും പഴങ്ങളുടെയും നിറങ്ങൾ. ആ വൈകുന്നേരം അയാൾ വല്ലാതെ ക്ഷീണിതനായിരുന്നു. തിക്കിലും തിക്കിലുമുള്ള പതിവു യാത്രയ്ക്കു ശേഷം ബസിൽ നിന്നിറങ്ങുമ്പോൾ അയാൾക്ക് കലശലായ പുറംവേ ദന അനുഭവപ്പെട്ടു. ഒരിക്കലൊരുകാലത്ത്, നാട്ടിലാവുമ്പോൾ അയാൾക്ക് ഇടയ്ക്കിടെ ഇതുപോലെ പുറംവേദന വരുമായിരുന്നു. കുഴമ്പുപുരട്ടി ചൂടുപിടിപ്പിച്ചു തരും അമ്മ. അമ്മയില്ലാതായതിനുശേഷം ആദ്യമായാണ് ഇങ്ങനെ വേദനയുണ്ടാവുന്നത്. അതുകൊണ്ടുതന്നെ അതയാളുടെ പേശികളെ മുഴുവൻ വലിച്ചുമുറുക്കുന്നതായിത്തോന്നി. താമസസ്ഥല ത്തെത്തുമ്പോഴേക്ക് അയാൾ ക്ഷീണിതനായിരുന്നു. ഇഞ്ചി ചേർത്ത ചൂടു ള്ളാരു ചായ കുടിക്കാൻ തോന്നി. വാടകമുറിയുടെ മുറ്റത്ത് ഒരു സൈ ക്കിൾ റിക്ഷ നില്ക്കുന്നതും താഴത്തെ മുറിയിലെ ബംഗാളി ചെറുപ്പക്കാ രൻ അതിൽ നിന്നിറങ്ങുന്നതും കണ്ടു. മഞ്ഞനിറമുള്ള തൊലിയാണ വന്. ഒന്നോ രണ്ടോ തവണ കണ്ട പരിചയമേയുള്ളൂ. മുഖം കുനിച്ച് ആരോടും മിണ്ടാതെ ചിലപ്പൊളൊക്കെ അതിരാവിലെ അവൻ പോകുന്നതു കണ്ടിട്ടുണ്ട്. ഉപവീഥിക്കപ്പുറം ഷോപ്പിങ്മാളിന്റെ പണി നടക്കുന്നിടത്തേക്കാവാം. ധാരാളം ബംഗാളികൾ ജോലിചെയ്യുന്നുണ്ടവി ടെ. ആ വീടിന്റെ വാതിലുകൾ തുറന്നു കിടക്കുന്നത് കണ്ടിട്ടേയില്ല.

ചെറുപ്പക്കാരൻ എന്തോ ആംഗ്യം കാണിച്ചപ്പോൾ റിക്ഷയിൽനിന്നും കൊലുസുകളുടെ ശബ്ദമുയർത്തി ഒരു പെൺകുട്ടി ഇറങ്ങി വന്നു. അവൾ മുഖം മറയുന്ന വിധത്തിൽ ദുപ്പട്ട വിടർത്തിയിട്ടിരുന്നു. കൊലുസണിഞ്ഞ ആ പാദങ്ങൾ അതീവസുന്ദരമാണെന്നുമാത്രം അയാൾ കണ്ടു.

നാല്

ലക്ഷി മന്ദിറിൽനിന്നും അവന്തിക തിരിച്ചുവരുമ്പോൾ നിപുൺ ദാ അത്താഴം തയ്യാറാക്കാനുള്ള ഒരുക്കത്തിലായിരുന്നു. അയാൾ നിലത്തി രുന്ന് കോളിഫ്ളവറും ഉള്ളിയും കഴുകുകയായിരുന്നു. രണ്ടിനും ഇപ്പോൾ വിലകുറവാണ്. ബാലിഗഞ്ചിലാവുമ്പോൾ ദാദയ്ക്ക് മത്സ്യക്കറിയില്ലാതെ ചോറ് ഇറങ്ങില്ലായിരുന്നു. നല്ല വെളുത്ത ചോറ്,ചുവന്ന മുളകും മസാ ലയും ചേർത്ത ഇലിഷ് മത്സ്യത്തിന്റെ കറി. രസ് മലായ്. ബാബയു ടെയും ഇഷ്ടവിഭവമായിരുന്നു മത്സ്യക്കറിയെന്ന് മാ പറയാറുണ്ട്. വിശേ ഷദിവസങ്ങളിൽ എന്തുപണിയെടുത്താണെങ്കിലും ബാബ ഇലിഷ് മത്സ്യം വാങ്ങിക്കൊണ്ടുവരും. നിപുൺദായ്ക്കും ആ ശീലം പകർന്നു കിട്ടിയ താവും. പക്ഷേ, നിപുൺദായുടെ കൈയിൽ അത്രയ്ക്കു പണമൊന്നു മില്ലാത്തതിനാൽ വീടിനു പിന്നിലെ ചെറിയ കുളത്തിൽ മാ മത്സ്യങ്ങളെ വളർത്തിയിരുന്നു. ദാദ വരുന്ന ദിവസങ്ങളിൽ അവയെ കറി വച്ചു കൊ ടുക്കും. ഇവിടെ ദാദ ഉണ്ടാക്കുന്നത് ചോറല്ല, ചപ്പാത്തി മാത്രം. അശു തോഷ് ഇനിയും എത്തിയിട്ടില്ലെന്നവൾക്കു മനസ്സിലായി. അകന്ന ബ ന്ധുവാണയാൾ. നിപുൺദാ നഗരത്തിൽ മുറിയെടുത്തു താമസം തുട ങ്ങിയപ്പോൾ ജോലിയന്വേഷിക്കാനെന്നു പറഞ്ഞ് അവൻ കൂടെക്കൂടി.. മുറിയുടെ ഒരു ഭാഗം മറച്ചുകെട്ടി പാചകത്തിനും മറ്റുമുള്ള സൗകര്യ ങ്ങൾ ഒരുക്കിയിരിക്കുകയാണ്. അവന്തികയുടെ കിടപ്പും അവിടെത്തന്നെ. രാത്രി പാചകമെല്ലാം കഴിഞ്ഞ് സ്ഥലമൊതുക്കി വച്ച് അവൾ കിടക്കവി രിക്കും. അശുതോഷ് ചില ദിവസങ്ങളിലേ വരാറുള്ളൂ. ചില്ലറ പണികൾ ചെയ്ത് കിട്ടുന്ന പൈസയ്ക്കുമുഴുവൻ ചൂതുകളിച്ചും ഭാംഗ് വാങ്ങിച്ചും വഴിയോരത്ത് വീണുകിടക്കുന്നതിന് ദാദ ശാസിച്ചതിന്റെ ദേഷ്യം അയാൾ കാണിക്കാറുണ്ട്. പണം തീർന്നാൽ തലയും താഴ്ത്തി ഇവിടേക്കുവരും. കിട്ടിയത് കഴിച്ച് ബോധമില്ലാതെയുറങ്ങും. അധികം വലുപ്പമില്ലാത്ത ആ മുറിയിൽ അവർ മൂന്നുപേരും കൂടി വീർപ്പുമുട്ടും. അവന്തിക വേഗം ച പ്പാത്തിയുണ്ടാക്കി. അവൾ വരുന്നതിനു മുമ്പ് നിപുൺദാ ഒരു ദിവസ ത്തേക്കുള്ള മുഴുവൻ ചപ്പാത്തിയുമുണ്ടാക്കി ജോലിക്കു പോകുകയായി രുന്നു പതിവ്. അശുതോഷിനാവട്ടെ സ്വന്തം കാര്യത്തിലൊഴിച്ച് മറ്റൊ ന്നിലും ശ്രദ്ധയില്ല. ദാദയ്ക്ക് നാളെ അല്പം ചോറും ദാലും ഉണ്ടാക്കി കൊടുക്കണമെന്നവൾ മനസ്സിൽ കരുതി.

അഞ്ച്

രാത്രി, നഗരം പങ്കുവെക്കുന്നവർക്കുള്ളതാണ്. വിട്ടുമാറാത്ത മറ്റൊരു പുറംവേദനയോടെ ജനാലയ്ക്കരികെ കമിഴ്ന്നുകിടക്കുമ്പോൾ അയാളോർ ത്തു. തെരുവുനായ്ക്കൾക്കൊപ്പം വിശപ്പുപങ്കിടുന്ന കുട്ടികൾ. നിരത്തു വക്കിൽ കമ്പിളിയുടെ ഇത്തിരിച്ചൂടിൽ ശരീരം ഓഹരിവയ്ക്കുന്ന തെരുവുപെണ്ണുങ്ങൾ. അവർക്കിടയിൽ ഏകാന്തതയ്ക്കു പകരം ഏകാ ന്തത മാത്രം പങ്കിടുന്ന ചിലരും. താഴെ ബംഗാളിയുടെ മുറിയിൽ നിന്നാവണം ചൂടുള്ള പരിപ്പുകറിയുടെ കടുകുഗന്ധം. അയാൾക്ക് അസ ഹ്യമായ വിശപ്പുതോന്നി. അസ്വസ്ഥതയോടെ അയാൾ മയങ്ങിപ്പോയി. ഉറക്കത്തിലാരോ കടുകെണ്ണ പുരട്ടി അയാളുടെ പുറംതടവിക്കൊടുക്കു ന്നതായും തിളപ്പിച്ച വെള്ളത്തിൽ തുണിമുക്കി രാത്രി മുഴുവൻ ചൂടുപി ടിപ്പിക്കുന്നതായും അയാൾ സ്വപ്നം കണ്ടു.

ഉണരുമ്പോൾ അത്ഭുതകരമായ വിധത്തിൽ വേദന വിട്ടുമാറിയി രുന്നു. പ്രാതലുണ്ടാക്കാതെ നാരങ്ങ ചേർത്ത ഒരു കപ്പ് ചായയിൽ പ്രഭാ തഭക്ഷണമൊതുക്കി അയാളിറങ്ങി. ഗ്രാമവികസനവും വിദ്യാഭ്യാസവു മായി ബന്ധപ്പെട്ടു പ്രവർത്തിക്കുന്ന ഒരു സർക്കാരിതര സംഘടനയിലാ യിരുന്നു അയാൾ. തൊഴിലിന്റെ ഭാഗമായ അലഞ്ഞുതിരിയലും നീരീക്ഷ ണവും അയാൾക്കെന്നും ഇഷ്ടമായിരുന്നു. തിരക്കുള്ള തെരുവിലൂടെ ഇലന്തപ്പഴങ്ങൾ വില്ക്കുന്നവർക്കിടയിലൂടെ അയാൾ തലേന്നു സ്വപ്ന ത്തിൽ കണ്ട ആ പെൺകുട്ടി നടന്നുപോകുന്നതയാൾ കണ്ടു. രാത്രി മുഴുവൻ അവളുടെ നീണ്ട വിരലുകൾ അയാളുടെ പുറം കഴുത്തിൽ കടുകെണ്ണ പുരട്ടിത്തടവിയിരുന്നല്ലോ.. നദിയെ ചുറ്റിവളയുന്ന നിരത്തിൽ അവളെ കാണാതെയായി. ഒരിക്കൽക്കൂടി ആ കാല്പാദങ്ങൾ കാണാൻ അയാൾ വല്ലാതെ ആഗ്രഹിച്ചു അപ്പോൾ.

ആറ്

അശുതോഷ് അന്നു വീട്ടിൽത്തന്നെയുണ്ടായിരുന്നു. നിപുൺ ദാ പോയിക്കഴിഞ്ഞു വളരെ നേരമായിട്ടും അവൻ കട്ടിലിൽത്തന്നെ ചുരുണ്ടു കൂടി. സാധാരണയായി അവൻ അവന്തികയെ അവഗണിക്കുകയാണു ചെയ്യാറ്. അടുപ്പിനരികെയിരുന്നു പാചകം ചെയ്യുന്ന അവളുടെ തുടുത്ത കവിളുകളും നിറയുന്ന കണ്ണുകളും ആദ്യമായിക്കാണുന്നതു പോലെ അശുതോഷ് കയറ്റുകട്ടിലിൽ കിടന്നു നോക്കിക്കൊണ്ടിരുന്നു. ഒരു വിശന്ന തെരുവുനായയുടെ മുഖമായിരുന്നു അയാൾക്കപ്പോൾ.

ഏഴ്

തണുത്ത വായുവിൽ സുഗന്ധത്തിരികളുടെ ഗന്ധം. മന്ദിറിന്റെ വെണ്ണക്കൽപ്പടവിൽ മലർന്നു കിടക്കുകയായിരുന്നു അയാൾ. നൃത്തമ ണ്ഡപത്തിലൂടെ അഴിഞ്ഞുചിതറുന്ന ചിലങ്കകളുടെ സ്വരം അയാളെയു ണർത്തി. കൊലുസണിഞ്ഞ രണ്ടുപാദങ്ങൾ അയാളെക്കടന്ന് പടിയിറ ങ്ങിപ്പോയി.

ദിവസങ്ങൾ.

അയാൾ ചിന്തകളിലൂടെ ഒഴുകി നീങ്ങുകയായിരുന്നു. അവസാനി ക്കാത്ത തിരമാലകൾപോലെ ഓർമ്മകൾ അയാളെ വീർപ്പുമുട്ടിച്ചു. സ്മൃ തികളുടെ ഒരു ഉറവ അയാൾ പോലുമറിയാതെ കുത്തിയൊലിച്ചു തുട ങ്ങുകയായിരുന്നു. ചില തിരമാലകൾ തലയ്ക്കു മുകളിൽ വന്നുയർന്ന് അയാളെ ശ്വാസം മുട്ടിച്ചു. ചിലതാവട്ടെ പാദങ്ങളെ നനച്ചുകൊണ്ട് കടന്നു പോയി. ഒടുവിൽ പശ്ചാത്താപത്തിന്റെ നിർവ്വികാരതയോടെ അയാൾ ഏതോ ലോകത്തിലേക്കു കടന്നുപോയി.

എവിടെയും നില്ക്കാതെ, ഒന്നിനോടുമിണങ്ങാതെ ഒടുവിൽ നീ യെന്തു നേടി..

പിന്നിൽ നിന്ന് ഓരോ മുഖങ്ങൾ അയാളോടു ചോദിച്ചു.

എട്ട്

മഴയോടൊപ്പം തെരുവിൽ കലാപം പൊട്ടിപ്പുറപ്പെട്ടു. വഴിയോരക്ക ച്ചവടക്കാരുടെ ഒരു ചെറിയ തർക്കം ആ പകലറുതിയോടെ മൂന്നു പേരുടെ ജീവനെടുത്തു. അവന്തിക മുറിയിൽ തനിച്ചായിരുന്നു. അവൾക്കൊന്നും മനസ്സിലായില്ല. പുറത്ത് ആളിപ്പടരുന്ന തീനാമ്പുകൾ, ഓടിയെത്തുന്ന കാലടിയൊച്ചകൾ, അറ്റുപോകുന്ന നിലവിളികൾ, പശുക്കളുടെ അമറൽ. അങ്ങനെ ജനലിലൂടെയെന്തൊക്കെയോ കടന്നുപോയി.

വാതിലിലാരോ തട്ടി. അവൾ ഭയന്നുപോയിരുന്നു.

കതകു തുറക്കൂ. ഞാൻ യാത്ര പറയാൻ വന്നതാണ്.

അവന്തിക പതിയെ വാതിൽ തുറന്നു.

അയാൾ നിർന്നിമേഷനായി അവളുടെ പാദങ്ങളിലേക്കു നോക്കി. താമരയിതളുകൾ പോലെ പൂജിക്കാൻ തോന്നുന്നവ. തടാകം പോലുള്ള അവളുടെ കണ്ണുകളിൽ ഭയം ഒളിച്ചു കളിക്കുന്നു.

"ഞാൻ പോകുന്നു..." അയാൾ പതിയെ പറഞ്ഞു.

എവിടേയ്ക്ക്.. മുകളിലെ വാടകക്കാരൻ ആദ്യമായാണല്ലോ തന്നോടു സംസാരിക്കുന്നതെന്നോർത്ത് അവന്തിക വിസ്മയത്തോടെ ചോദിച്ചു. പലതവണ അയാളെ കണ്ടിട്ടുണ്ട്. അപ്പോഴൊന്നും തന്നെ സംസാരിച്ചി ട്ടില്ലയാൾ.

ധ്യാനലീനനായ ഒരു ഋഷിയെപ്പോലെയാണയാൾ. ചുറ്റുപാടുകൾ ഒന്നും അയാളെ ബാധിക്കുന്നില്ലെന്നു തോന്നും.

"അറിയില്ല.." അയാൾ തിരിഞ്ഞുനടക്കാൻ തുടങ്ങിയിരുന്നു.

"ഈ ദിവസമോ." അവന്തിക ചുറ്റുപാടും കണ്ണോടിച്ചു കൊണ്ട് ആശങ്കയോടെ ചോദിച്ചു. അവൾ പിന്നിൽ നിന്നു വിളിക്കുന്നത് അയാൾ അറിഞ്ഞില്ല. കത്തുന്ന തെരുവിലൂടെ അയാൾ ഏകനായി നടന്നുപോയി.

ഒൻപത്

നിപുൺദാ ആ രാത്രി തിരിച്ചെത്തിയതേയില്ല. തെരുവ് കടുംചുവപ്പു നിറമാർന്ന ജ്വാലകളാൽ മൂടപ്പെട്ടു കഴിഞ്ഞിരുന്നു. പുകമൂടിയ ആകാശം രാത്രിയുടെ കറുത്തപുതപ്പിൽ തിരിച്ചറിയാനാവാതെയായി. രാത്രിയെ പ്പോഴോ അശുതോഷ് കയറിവന്നു. അവന്റെ മുഖത്ത് ഭീതിയല്ലാതെ മറ്റെന്തോ നിഴൽ പടർത്തുന്നത് അവന്തിക കണ്ടു.

ഒരു മൃഗത്തെപ്പോലെ അയാൾ അവളുടെ എതിർപ്പുകളെ കടിച്ചു കുടഞ്ഞു. കണ്ണീരുപോലും അവശേഷിച്ചിരുന്നില്ല അവളിൽ.

പത്ത്

ചാറ്റൽമഴ പെയ്യുന്ന പുലർകാലത്ത് അമർനാഥിലേക്കു പോകുന്ന ആ വാഹനത്തിൽ, തീർത്ഥാടകരുടെ ബഹളങ്ങൾക്കും മൗനങ്ങൾക്കു മിടയിൽ ഏകനായിരിക്കുന്ന അയാളുടെ തൊട്ടടുത്തു അവന്തികയിരുന്നു. വാടകമുറിയുടെ ശൂന്യതയിൽ കഴുത്തുമുറിഞ്ഞ് നിശ്ചലനായി അശു തോഷ് കിടക്കുന്നുണ്ടെന്ന് അവൾ ഓർത്തതേയില്ല. പച്ചക്കറി നുറുക്കി യിരുന്ന കത്തി കറുത്തിരുണ്ട നദിയിലേക്കു വലിച്ചെറിഞ്ഞതും അവൾ മറന്നുപോയിരുന്നു. ചാറ്റൽമഴ അവളുടെ മുഖത്തേക്കു വീഴുന്നതു കണ്ട് അയാൾ പൊടിപുരണ്ടു മങ്ങിയ ജാലകച്ചില്ലുകൾ അടച്ചുവച്ചു. അവന്തി കയുടെ മുഖം കല്ലിച്ചുപോയിരുന്നു. അവളെ വിറയ്ക്കുന്നുണ്ടായിരുന്നു വല്ലാതെ. അയാൾ കമ്പിളിപ്പുതപ്പെടുത്ത് അവളുടെ ചുമലിലൂടെ വലി ച്ചിട്ടു. ദൂരെ തെരുവുകളിൽ തീജ്ജ്വാലകൾ കെട്ടടങ്ങിയിട്ടില്ല. കണ്ണുക ളടച്ച് അവന്തിക ചാരിക്കിടക്കുമ്പോൾ വരണ്ടുണങ്ങിപ്പോയ ഒരു തടാക ത്തിന്റെ ഓർമ്മകളായിരുന്നു അയാളുടെ ഉള്ളിൽ. തീജ്ജ്വാലകളെ പിന്നി ലാക്കി അവരുടെ വാഹനം ഇരമ്പിക്കടന്നുപോയി.

ജലായനം

ഒന്ന്

ആഷാഢത്തിലെ കാറ്റിന് ഇത്രമാത്രം ഉഷ്ണമോ? വൈകുന്നേര മായിട്ടും സൂര്യൻ കത്തിയാളിക്കൊണ്ടിരുന്നു. കൊടുംചൂടിൽ വെള്ളം ശേഖരിക്കാൻ പോയ ഭുവനയെയും അയൽക്കാരികളെയുമോർത്തപ്പോൾ ഏക്‌നാഥ് യാദവിന് ഭയംതോന്നി. സാധാരണ ദിവസങ്ങളിൽ അയാളാണ് ചെപ്പുകുടങ്ങളുമായി വെള്ളമെടുക്കാൻ പോകാറ്. ഗ്രാമസഭ പിരിഞ്ഞ് തിരിച്ചെത്തിയപ്പോഴേക്ക് സമയം പോയി. ഒരുപാടു നടക്കാനുണ്ട്. പൊടി ക്കാറ്റു വീശുന്ന വരണ്ടുവിണ്ട വയലുകൾക്കപ്പുറത്താണ് ഗണേഷ് വാടി യിലെ വലിയ കിണർ. പത്തും അൻപതുമല്ല, നൂറുകണക്കിന് ആളുക ളാണ് കുടങ്ങൾ കയറിൽ കെട്ടി കിണറ്റിലേക്ക് ഞാത്തിയിട്ട് വെള്ളം ശേഖരിക്കാനെത്തുന്നത്. ഇപ്പോൾ അയൽഗ്രാമക്കാരും വരുന്നുണ്ട്. എല്ലാ യിടത്തും വെള്ളം വറ്റിയിരിക്കുന്നു. കിണറിലും വെള്ളം തീർന്നു കൊണ്ടി രിക്കുന്നു. കഴിഞ്ഞദിവസം കറുത്തു കൊഴുത്ത വെള്ളമാണ് കിട്ടിയത്. അതും കുടത്തിന്റെ അടിയിൽ ഒരു കുടന്ന മാത്രം.

സർപഞ്ചിന്റെ വീട്ടുമുറ്റത്താണ് ഗ്രാമസഭ കൂടിയത്. വെള്ളത്തിനു വേണ്ടി ഇനി എന്തു ചെയ്യണമെന്ന് ആലോചിക്കാനായി എല്ലാവരെയും വിളിച്ചുകൂട്ടുകയായിരുന്നു. അവിടെനിന്നു നടന്നു തളർന്നു വന്നപ്പോൾ കുട്ടികൾ മൂന്നു പേരുമുണ്ട് ഉമ്മറത്തിരുന്നു കളിക്കുന്നു.

ആയി വെള്ളമെടുക്കാൻ പോയി പക്‌ഡാപക്‌ഡി കളിക്കുന്നതിനിട യിൽ വിജയ് കിതച്ചുകൊണ്ടു പറഞ്ഞു. വിശാലാവട്ടെ കളി നിർത്തി സാധനയേയുമെടുത്ത് തിണ്ണയിൽ കുത്തിയിരിപ്പാണ്. വല്ലതും കഴിച്ചോ ആവോ.

ആരാ കൂടെയുള്ളത്?

ദുലാരി തായി

അയൽക്കാരിപ്പെണ്ണാണ് ദുലാരി. അവൾക്കുമുണ്ട് മിടുക്കനായ ഒരു ആൺകുഞ്ഞ്.

ഏക്നാഥ് തിണ്ണയിലേക്കിരുന്നു തലപ്പാവഴിച്ച് മുഖം തുടച്ചു.

ആകാശം വലിയൊരു രജായി വിരിച്ചതുപോലെ നീണ്ടു നിവർന്നു കിടക്കുകയാണ്. കാർമേഘത്തിന്റെ തരിമ്പുപോലും എങ്ങും കാണു ന്നില്ല. അയാൾ നിരാശയോടെ ആകാശത്തേക്കു കണ്ണുനട്ടു. കാലുകൾ വെള്ളം തട്ടാതെ മൊരിപിടിച്ച് വിറകിൻ കൊള്ളിപോലെയായിരിക്കുന്നു. അല്പം മുമ്പേ കല്ലിൽത്തട്ടി പൊട്ടിയടർന്ന മുറിവിൽ നിന്ന് ചെറുതായി രക്തം കിനിയുന്നു.

അപരാഹ്നത്തിലെ മഞ്ഞവെയിൽ ഭൂമിയെ ഒന്നുകൂടി പഴുപ്പിച്ചു. ഏക്കറുകളോളം പരന്നു കിടക്കുന്ന വയലേലകളിൽ കള്ളിമുൾച്ചെടികളും ഉണങ്ങിയ കരിമ്പോലകളും കാറ്റിലാടി. എന്തു പച്ചപ്പുണ്ടായിരുന്ന വയ ലുകളാണ്. വിളഞ്ഞു പഴുത്ത തക്കാളിപ്പാടങ്ങൾക്കു മീതെ സദാസമ യവും കുളിർകാറ്റ് വീശിയിരുന്നു. തളർച്ച കൊണ്ടാവും കുട്ടികൾ കളി നിർത്തി വീടിനുള്ളിലേക്ക് കയറിപ്പോയി. അന്തരീക്ഷം പോലെ നിശ്ശബ്ദ രാണ് കുറച്ചിടയായി അവരും.

ആകാശത്ത് ഒരു ഇടി വെട്ടിയപോലെ തോന്നി ഏക്നാഥിന്. പ്രതീ ക്ഷയോടെ അയാൾ വെയിലിലേക്കു തുറിച്ചുനോക്കി. ശുഭ്രനീലമായ ആ കാശം അയാളെ പരിഹസിക്കുംപോലെ തീക്ഷ്ണമായി ചിരിച്ചു. ഈ യിടെയായി ഇത്തരം മതിഭ്രമങ്ങൾ പതിവായിരിക്കുന്നു.

രണ്ട്

മറാത്ത്‌വാഡ ഇതുവരെ കണ്ടിട്ടില്ല ഇതുപോലൊരു വരൾച്ച. നാലു വർഷത്തോളമായി നല്ലൊരു മഴ പെയ്തിട്ട്. നന്ദേഡിലും ലത്തൂരിലും പ്രഭാനിയിലും ഹിംഗോളിയിലുമൊക്കെ ഇതേ അവസ്ഥ തന്നെയാണ്. മുമ്പൊക്കെ വൈശാഖമാസം കഴിയുന്നതോടെ വിത്തുകളൊക്കെ തയ്യാ റാക്കി വെക്കും. ജ്യേഷ്ഠമാസത്തിൽ മഴ വീഴുന്നതോടെ ഗ്രാമത്തി നുത്സവം പോലെയാണ്. നിലമൊരുക്കൽ, കന്നുകാലികളെ തയ്യാറാക്കൽ, വിത്തിടൽ. ഗോതമ്പും ബജ്‌രയും ജോവറും ഉള്ളിയും പരുത്തിയും കരിമ്പും നിലക്കടലയും സൂര്യകാന്തിയുമെല്ലാം ഓരോരോ ഋതുക്കളിൽ സമൃദ്ധമായി വളർന്നു വിളവു തന്നു. ഏക്നാഥും ഭുവനയും കഠിനമായി അദ്ധ്വാനിച്ചു. തക്കാളിപ്പാടങ്ങളും കരിമ്പിൻ ചെടികളും ചോളവും സൂര്യ കാന്തിയുമെല്ലാം വീടിന് സമൃദ്ധി നല്കിക്കൊണ്ടിരുന്ന കാലം. ഔറം ഗാബാദിൽനിന്നുവരുന്ന മൊത്തക്കച്ചവടക്കാർ വിളഞ്ഞുപഴുത്ത തക്കാ ളിക്ക് വിലപേശാൻ നില്ക്കാറില്ല. അതുപോലെ മുന്തിയ ഇനം കരിമ്പിനും പഞ്ചസാര ഫാക്ടറിക്കാർ ചോദിക്കുന്ന പണം തന്നു. പണിയെടുക്കാൻ

ഒട്ടും മടിയില്ല ഏക്നാഥിന്. വിളവെടുപ്പു കഴിയുമ്പോൾ ഭുവനയ്ക്കൊരു സ്വർണ്ണമാല, വീടിന് ഒരു ചെറിയ മുറികൂടി, തൊഴുത്തിലേക്ക് ഒന്നുര ണ്ടുപശുക്കുട്ടികൾ. സ്വപ്നങ്ങളുമുണ്ടായിരുന്നു ധാരാളം.

വരണ്ടു വിണ്ട കൃഷിയിടത്തിൽ ഉഷ്ണക്കാറ്റിനു കീഴെ ഏക്നാഥ് യാദവ് തനിച്ചായിരുന്നു. വലിയൊരു മൺകട്ടയെടുത്ത് അയാൾ വിരൽ കൊണ്ടമർത്തി. ആയിരം ധൂളികളായി അത് കാറ്റിലൂടെ പറന്നു പോയി.

മൂന്ന്

സ്വന്തമായി റേഷൻകാർഡൊന്നുമില്ല ഏക്നാഥിന്. കൂട്ടുകുടുംബ ങ്ങളിൽനിന്നും വേറിട്ട് താമസിക്കാൻ തുടങ്ങിയവർക്കാർക്കും തന്നെ റേഷൻകാർഡ് ലഭിച്ചിട്ടില്ല. പട്ടണത്തിലെ ഓഫിസിൽ ചെന്ന് ഇടയ്ക്കിടെ അന്വേഷിക്കുമെന്നല്ലാതെ എന്താണ് ചെയ്യേണ്ടതെന്ന് ആർക്കുംതന്നെ അറിയുകയുമില്ല. കൃഷി നന്നായി പോവുമ്പോൾ റേഷൻകാർഡിനെക്കു റിച്ച് ആരും അത്രയധികം വ്യാകുലരായിരുന്നില്ല. കാലങ്ങളായി വരൾച്ച വല്ലാതെ വർദ്ധിക്കുകയും കൃഷിയിടങ്ങൾ മുഴുവനും തരിശാവുകയും ചെയ്തുകൊണ്ടിരിക്കുകയാണ്. ശേഖരിച്ചു വച്ച ധാന്യങ്ങളും തീരാറായി. കുറച്ചു ദിവസങ്ങൾക്കുള്ളിൽ തങ്ങളെ കാത്തിരിക്കുന്നത് മുഴുപ്പട്ടിണി യാവുമെന്ന ആശങ്ക ഓരോ മുഖങ്ങളേയും കരുവാളിപ്പിച്ചിരിക്കുന്നു.

പല കുടുംബങ്ങളും ദൂരെയുള്ള ബന്ധുവീടുകളിലേക്ക് ചേക്കേറി ത്തുടങ്ങി. ഇന്നലെ ജാൻ മുഹമ്മദും കുടുംബവും യാത്ര പറയാൻ വന്നു. ഗോദാവരിക്കപ്പുറം അറബ് ഗല്ലിയിലെവിടെയോ അയാളുടെ ജ്യേഷ്ഠന്റെ കുടുംബമുണ്ട്. തല്ക്കാലം അവിടേക്കു പോകുകയാണ്. ചിലപ്പോൾ ദൂരെ യെവിടേക്കെങ്കിലും പോകുമെന്നാണ് ജാൻ മുഹമ്മദ് പറഞ്ഞത്. അയാ ളുടെ ബീബി, മുഖപടത്തിന്റെ വിടവിലൂടെ കലങ്ങിയ കണ്ണുകളുയർ ത്തി ഭുവനയോടും കുട്ടികളോടും യാത്ര പറഞ്ഞു. എവിടേക്കും പോകു ന്നതിനെപ്പറ്റി ആലോചിക്കാനുണ്ടായിരുന്നില്ല ഏക്നാഥിന്. ഓർമ്മവെച്ച കാലം മുതൽ അച്ഛനോ കൂടപ്പിറപ്പുകളോ ഇല്ലായിരുന്നു. വൃദ്ധയായ അമ്മയും കുറച്ച് കൃഷിഭൂമിയുമാണ് സ്വന്തമായി ഉണ്ടായിരുന്നത്. കറി നാദ്ധ്വാനം ചെയ്ത് കുറേ മണ്ണ് സ്വന്തമാക്കിയപ്പോഴേക്കും അമ്മയും മരിച്ചുപോയി..

ഭുവനയും മൂന്നു മക്കളും ഈ കൃഷിയിടവുമാണ് അയാളുടെ എല്ലാ മെല്ലാം.

ജോവർ മണികൾ ഇടിച്ചു പൊടിച്ച് കുട്ടികൾക്ക് റൊട്ടിയുണ്ടാക്കാ നുള്ള ശ്രമത്തിലാണ് ഭുവന. ധാന്യമാവ് മുഴുവൻ കഴിഞ്ഞിട്ടുണ്ടാവും. അക്ഷമരായി വിജയും വിശാലും സാധനയും അരക്കല്ലിനു ചുറ്റുമിരുന്ന് കൊത്താങ്കല്ലു കളിക്കുന്നതും നോക്കി ഏക്നാഥ് കയറ്റുകട്ടിലിൽ തളർന്നു കിടന്നു.

നാല്

അധികം കൃഷിഭൂമിയില്ലാത്തവർ കാർത്തികമാസം കഴിഞ്ഞാൽ അതിർത്തി കടന്ന് പഞ്ചസാരഫാക്ടറിയിലേക്ക് പണിയെടുക്കാൻ പോകും. കരിമ്പുകൃഷിചെയ്യുന്നതു തന്നെ ഫാക്ടറിയിലെ സാബുമാർക്കു വേണ്ടിയാണ്. വിളവെടുപ്പു കഴിഞ്ഞാൽ അവർ ഫാക്ടറിയിൽ ജോലി തരും. കുട്ടികളെയും കന്നുകാലികളെയുമൊക്കെ കൂട്ടി കാളവണ്ടിയിൽ കൂട്ടമായി പോകുകയാണ് പതിവ്. തിരിച്ചുവരുമ്പോഴേക്കും വൈശാഖ മാസമായിരിക്കും. പിന്നെ നിലമൊരുക്കാനും മറ്റുമുള്ള തിരക്കുകളായി. കൃഷിപ്പാടങ്ങൾ വിത്തിനുവേണ്ടി ദാഹിച്ച് കിടക്കുകയാവും. അക്കാല ങ്ങളിൽ എല്ലാ വീടുകളിലും അടുപ്പ് എപ്പോഴും കത്തിക്കൊണ്ടിരുന്നു. കുട്ടികൾ സന്തോഷത്തോടെ മുറ്റത്ത് കളിച്ച് നടക്കും. ഒഴിവു നേരങ്ങ ളിൽ കയറ്റുകട്ടിലുകളിൽ കിടന്നു പുരുഷൻമാർ സൊറ പറയും. വാറ്റു ചാരായത്തിന്റെ ലഹരി ഞരമ്പുകളെ ഉണർത്തും. തണുത്ത രാത്രിക ളിൽ ഏതെങ്കിലുമൊരു വീടിന്റെ മുറ്റത്ത് ഒരുമിച്ചു കൂടി പാട്ടും നൃത്ത വുമായി തീകാഞ്ഞു രസിക്കും.

അതൊക്കെ പഴയ ഏതോ ഒരു കാലമായിരുന്നെന്ന് ഏക്നാഥിനു തോന്നി. ഗൃഹാതുരത്വമുണർത്തുന്നൊരു വേദന അയാളുടെ നെഞ്ചിൽ കൊളുത്തി വലിച്ചു. ഇനിയെന്നെങ്കിലും തിരിച്ചുവരുമോ അങ്ങനെയൊരു കാലം..

കാലവർഷം വരണ്ടമണ്ണിൽ തരികളെ ഉടച്ചു ഞെരിക്കുകയും മണ്ണിൽ വിത്തുകൾ പുതുലോകം കാണാനായി കൗതുകത്തോടെ ഉയിർത്തെ ഴുന്നേല്ക്കുകയും ചെയ്യുന്നൊരു വർഷകാലം...

നാലു വർഷം തികയുന്നു ഈ മണ്ണിൽ മഴത്തുള്ളികൾ വീണിട്ട്.

അരേ! മയ്യാ ദേവ് – നാലു കൊടിയ വേനൽക്കാലങ്ങൾ...

അഞ്ച്

അടുക്കളയിലെന്തോ കലത്തിൽവച്ച് തവികൊണ്ടിളക്കുകയാണ് ഭുവന. ഏക്നാഥിന് അത്ഭുതം തോന്നി. അരിയും ഗോതമ്പും തീർന്നു വെന്നവൾ രാവിലെ പറഞ്ഞിരുന്നു. ചോളപ്പൊടികൊണ്ടുണ്ടാക്കിയ അപ്പം എല്ലാവർക്കും കഴിക്കാൻ തികഞ്ഞതുമില്ല.

ആരും ഉച്ചഭക്ഷണം കഴിച്ചിട്ടില്ല. ഇപ്പോൾ ഇവളെന്താണുണ്ടാക്കു ന്നത്.

കാട്ടുചീരയുടെ വിളറിയ തണ്ടുകൾ ഉപ്പുവെള്ളത്തിലിട്ട് ഇളക്കവെ ഭുവന വരണ്ട മുഖം സാരിത്തലപ്പെടുത്ത് അമർത്തിത്തുടച്ചു. പൂർണ്ണ നദിക്കരയിൽ സമൃദ്ധമായി വളരുന്ന ചീരച്ചെടികൾക്ക് ഔഷധഗുണമു ണ്ടെന്നു കേട്ടിട്ടുണ്ട്. നദി വറ്റിയതോടെ അതും ഉണങ്ങിക്കൊണ്ടിരിക്കു കയാണ്.

"ദുലാരി കൊണ്ടുവന്നതാണ്"

ഭുവന മുഖമുയർത്താതെ പറഞ്ഞു.

അയൽക്കാരികൾ കൂട്ടം ചേർന്ന് ചീരയും കിഴങ്ങുമൊക്കെ ശേഖ
രിക്കാൻ പോയിരുന്നു. അതിലൊരു പിടി ഭുവനയ്ക്കു കൊടുത്തതാണ്.

ഏക്നാഥ് നിലവറയിൽ പോയിനോക്കി. ചോളത്തിന്റെ ചെറിയൊരു
കറ്റ മാത്രം. അത് എത്രനാളത്തേക്ക് അഞ്ചു വയറുകളെ നിറയ്ക്കും...

ആറ്

പ്രശ്നത്തിന് പരിഹാരം കണ്ടെത്താൻ വീണ്ടും ഗ്രാമസഭ കൂടി.
സർപഞ്ചിന് ഒന്നും പറയാനുണ്ടായിരുന്നില്ല. ഗ്രീഷ്മകാലം കഴിയാറാ
യപ്പോഴേ മഴയുടെ ലക്ഷണമൊന്നുമില്ലെന്ന് പഴമക്കാർ പറഞ്ഞിരുന്നു.
അധികാരികളെ വേണ്ടവിധം ബോധിപ്പിച്ചതുമാണ്. പക്ഷേ, യാതൊരു
പരിഹാരവും ഉണ്ടായില്ലെന്നു മാത്രം. ആകെ ഒരാശ്വാസം ആഴ്ചയിൽ
ഒന്നോ രണ്ടോതവണ വെള്ളം വിതരണം ചെയ്യാനായി ടാങ്കർ ലോറി
കൾ വരാൻ തുടങ്ങി എന്നതു മാത്രമാണ്. കിലോമീറ്ററുകൾ നീളുന്ന
വരിയായിരിക്കും അതിനുമുമ്പിൽ ചെപ്പു കുടങ്ങളുമായി കാത്തിരിക്കു
ന്നത്. തൊണ്ട നനയ്ക്കാൻ ഇറ്റു വെള്ളം കിട്ടിയാലായി.

ഏറെ മഴ പെയ്തിരുന്ന സാത്പുരെയിൽ വെള്ളമില്ലെന്ന് കേട്ടപ്പോ
ഴാണ് കാര്യത്തിന്റെ ഗൗരവം ഗ്രാമക്കാർ മനസ്സിലാക്കിയത്. ഒരിക്കലും
വറ്റാത്ത ഗോദാവരിയിൽപ്പോലും വെള്ളം അടിക്കടി തീരുകയാണ്.
സൂര്യൻ സദാസമയവും കത്തുന്ന പൽച്ചക്രം പോലെ എരിഞ്ഞുനിന്നു.

നാസിക്കിലും ഔറംഗാബാദിലുമൊക്കെ അഭയം തേടിപ്പോയവർക്കു
പിറകെ മുംബൈയിലേക്കും ആളുകൾ പലായനം ചെയ്യാൻ തുടങ്ങിയി
രിക്കുന്നു. അവിടെ എന്തെങ്കിലും പണിചെയ്ത് കഴിഞ്ഞുകൂടാമെന്നാണ്
എല്ലാവരും പറയുന്നത്. ഏക്നാഥിന്റെ ഗ്രാമത്തിൽ തന്നെ പത്തിരുപത്
കുടുംബങ്ങൾ അങ്ങനെ ഗ്രാമം വിട്ടുപോയി. അവരുടെ കൃഷിഭൂമികൾ
കള്ളിമുൾച്ചെടികൾ വളർന്ന് വികൃതമായിരിക്കുന്നു. മഴ പെയ്താൽ അവ
രെല്ലാം തിരിച്ചുവരും. ഗ്രാമം പഴയപോലെ സജീവമാവും.

പക്ഷേ, എന്ന്. ഏക്നാഥിന് ഉത്തരമില്ലായിരുന്നു.

ഏഴ്

അയൽപക്കത്തുനിന്ന് കൂട്ടക്കരച്ചിൽ കേട്ടാണ് രാവിലെ ഉണർന്നത്.
ലക്ഷ്മൺ മാനേയുടെ വീടാണ് തൊട്ടടുത്ത്. പത്തേക്കർ കൃഷിഭൂമിയു
ണ്ടയാൾക്ക്. എട്ടൊൻപതു ജോഡി കന്നുകാലികളും പണിക്കാരുമെല്ലാം
ചേർന്ന് എപ്പോഴും ബഹളമായിരിക്കും മാനേയുടെ വീട്ടിൽ.

"തീർന്നു. ഇന്നു പുലർച്ചെയായിരുന്നു. ഗോതമ്പിനടിക്കാൻ വെച്ച
കീടനാശിനി കഴിച്ചു" ഭുവന തണുത്തശബ്ദത്തിൽ പറഞ്ഞു. മരണം

ഗ്രാമക്കാർക്ക് നിർവ്വികാരതയായിട്ട് മാസങ്ങളായി. ഇടയ്ക്കിടെ ആത്മ ഹത്യകളുടെ വാർത്തകൾ കേൾക്കുന്നുണ്ട്.

കഴിഞ്ഞ വർഷം കീടനാശിനിയെങ്കിലുമുണ്ടായിരുന്നു കഴിക്കാൻ. ഇക്കുറി അതുപോലുമില്ല ശവസംസ്കാരച്ചടങ്ങിൽവച്ച് സൂരജ്കുണ്ഡെ പറഞ്ഞു.

സത്യമായിരുന്നു അത്.

സർക്കാരിന്റെ ഓരോ കാലത്തെ നിയമങ്ങളും വിത്തിനും വളത്തിനും കീടനാശിനിക്കുമെല്ലാമുണ്ടായ വില വർദ്ധനവും പാടങ്ങളിൽ പെരുകുന്ന കീടശല്യവും എല്ലാറ്റിനും പുറമെ കഴുത്തറുക്കുന്ന പലിശക്കാരുടെ ഭീഷ ണിയുമെല്ലാമായപ്പോൾ ലക്ഷ്മണ്മാനേയെപ്പോലെ ജീവനൊടുക്കുക യല്ലാതെ വേറെ നിവൃത്തിയില്ലായിരുന്നു കൃഷിക്കാർക്ക്.

ഏക്നാഥിനുമുണ്ട് പലിശക്കടം. മൂന്നു വർഷം മുമ്പ് നാനാജിയിൽ നിന്നും വാങ്ങിയ പണം തിരിച്ചടയ്ക്കാൻ ഇതുവരെ കഴിഞ്ഞിട്ടില്ല. കരിമ്പു പാടങ്ങൾ കുറച്ചുകൂടി വിപുലമാക്കാനും സോയാബീൻ കൃഷി തുടങ്ങാനും വേണ്ടിയെടുത്ത വായ്പ വരണ്ട മണ്ണിലെ ധൂളികൾപ്പോലെ വളർന്നു മുന്നേറിക്കൊണ്ടിരിക്കുകയാണ്. കഴിഞ്ഞ തവണ പലിശ കൊടുത്തത് ഭുവനയുടെ താലിമാല ഉരിഞ്ഞുകൊണ്ടാണ്. ഇനിയെന്തു ചെയ്യണമെന്നറിയില്ല.

നീലിച്ച ചുണ്ടുകളുമായി വെള്ളപുതച്ച് കിടക്കുന്ന ലക്ഷ്മണ് മാനേ യോട് അത്യധികമായ അസൂയ തോന്നി ഏക്നാഥിന്.

എട്ട്

ഗ്രാമം ഉണങ്ങിവരണ്ടതിനു കാരണം കുഴൽക്കിണറുകളും കരിമ്പിൻ പാടങ്ങളുമാണ് എന്നറിഞ്ഞതോടെ എല്ലാവർക്കും ആധിയായി. നാസി ക്കിൽനിന്നും വന്ന പരിസ്ഥിതി പ്രവർത്തകർ പഠനം നടത്തി കണ്ടെ ത്തിയതാണ്. ഗ്രാമമാകെ കുഴൽക്കിണറുകളാണ്. മഴ മാറിയാൽ കൃഷി നനയ്ക്കാൻ വേറെ മാർഗ്ഗമില്ല. ഭൂമിയുടെ മാറുതുളച്ച് ബഹുദൂരം പോകുന്ന കിണറുകൾ സകല ഉറവകളെയും കുടിച്ചു വറ്റിച്ചിരിക്കുന്നു. പഞ്ചസാര ഫാക്ടറികൾക്കു പുറമെ അതിർത്തിയിൽ മദ്യ ഫാക്ടറികളു മുണ്ട്. എല്ലാവരും ഊറ്റുന്നത് കൃഷിക്കുവേണ്ടി കാത്തുവെച്ച നീരുറവ കൾ തന്നെ. ഇതുവരെ അന്നം തന്നിരുന്ന കരിമ്പു പാടങ്ങളുടെയും സ്ഥിതി വിഭിന്നമല്ല. തണുപ്പുകാലത്ത് പണിതേടിപ്പോകാനുള്ളതാണ് പഞ്ചസാര ഫാക്ടറികൾ. അവ പൂട്ടിപ്പോയാൽ പിന്നെ എന്തു ചെയ്യുമെ ന്നാണ് പലരും ആധി പിടിക്കുന്നത്.

'നിങ്ങൾ മുൻകൈയെടുത്താലേ രക്ഷയുള്ളു' ശാരദ റാണാവത് പറഞ്ഞു. പരിസ്ഥിതി ശാസ്ത്രജ്ഞയായ ശാരദ ഗണേഷ് വാടിയിൽ വന്ന് ബോധവല്ക്കരണ ക്ലാസുകളും മറ്റും എടുക്കാറുണ്ട്. കുഴൽക്കി ണറുകൾ ആപത്താണെന്ന് അവർ നേരത്തേ മുന്നറിയിപ്പു തന്നതായി

രുന്നു.

"രാഷ്ട്രീയക്കാരും ഉദ്യോഗസ്ഥരും ഈ പ്രശ്നങ്ങളിൽ ഇടപെടില്ല. കാരണം ഷുഗർഫാക്ടറികളും മദ്യഫാക്ടറികളും പൂട്ടിപ്പോയാൽ അവ രുടെ നിലനില്പിനേയും അത് ബാധിക്കും. നിങ്ങളാണ് മുന്നിട്ടിറ ങ്ങേണ്ടത്." ശാരദ ഉച്ചത്തിൽ പറഞ്ഞു.

പിറ്റേന്ന് സുരേഷ് ദേശ്മുഖിന്റെ നേതൃത്വത്തിൽ ഒരു സംഘം ചെറു പ്പക്കാർ മുദ്രാവാക്യം വിളിച്ചു കാൽനടയായി പോവുകയും കലക്ടർക്കും എം എൽ എയ്ക്കും നിവേദനം നല്കുകയും ചെയ്തു.

എങ്കിലും, കുഴൽക്കിണറുകൾ തുരക്കുന്ന ശബ്ദം വീണ്ടും പലയിട ത്തുനിന്നും കേൾക്കായി. ലോറികൾ ഭൂഗർഭജലത്തിന്റെ അവസാനത്തെ ഉറവയുമൂറ്റി ഗ്രാമത്തിന്റെ അതിർത്തി കടന്നുപോയി.

<h1 style="text-align:center">ഒൻപത്</h1>

"കുഞ്ഞിനു പനിക്കുന്നു"

മുറ്റത്തെത്തിയപ്പോൾ ഭുവന പതിയെ പറഞ്ഞു.

ഒന്നര വയസ്സായിട്ടേയുള്ളൂ സാധനയ്ക്ക്. വിശാലിന് പന്ത്രണ്ടും വിജയിന് എട്ടും വയസ്സാണ്. രണ്ടുപേർക്കും ജീവനാണ് അനിയത്തിയെ. പച്ചമരുന്നെന്തോ അരച്ചിട്ടിരിക്കയാണ് കുഞ്ഞിന്റെ നെറ്റിയിൽ.

ഏക്നാഥ് കുടയെടുത്ത് സിവിൽ ആശുപത്രി ലക്ഷ്യമാക്കി വേഗം നടന്നു. അവിടെ ചെലവു കുറഞ്ഞ മരുന്നുകൾ കിട്ടും.

കുഞ്ഞിന് വേഗം ഭേദമാക്കിത്തരണേ... ഹനുമാൻ മന്ദിരിലേക്കു നോക്കി അയാൾ പ്രാർത്ഥിച്ചു.

പനി വിടുന്നില്ലെങ്കിൽ പഴയ പൊലീസ് കോളനിയുടെ അടുത്തുള്ള സിദ്ധാർത്ഥ ഹോസ്പിറ്റലിൽ കാണിക്കേണ്ടി വരും. അവിടെ ചെലവാ ക്കുവാൻ മടിശ്ശീലയ്ക്ക് കനമില്ലായിരുന്നു.

സാധനയുടെ കൊഞ്ചലും ചിരിയും ഓർത്തപ്പോൾ ഉള്ളു വിങ്ങി. പ്രായത്തിൽ കവിഞ്ഞ ബുദ്ധിയാണ് കുട്ടിക്ക്. എത്ര വേഗമാണ് സംസാ രിക്കാൻ തുടങ്ങിയത്. ഓടിച്ചാടി വീടുമുഴുവൻ പ്രസരിപ്പു പരത്തുന്നു ആ കുഞ്ഞോമന.

നേരത്തും കാലത്തും ഭക്ഷണം കിട്ടാഞ്ഞിട്ടാവും കുഞ്ഞിനു സുഖ മില്ലാതായത്. ആശുപത്രിയിലെ ജനക്കൂട്ടത്തിനു പിന്നിൽ വരി നിന്ന് മരുന്ന് വാങ്ങിപ്പോരുമ്പോൾ വഴിയരികിലെ കടയിൽ നിരത്തിവെച്ച ബ്രഡും പഴങ്ങളും കണ്ടപ്പോൾ ഏക്നാഥിനു വേദന തോന്നി.

കുഞ്ഞുങ്ങൾക്ക് രുചിയുള്ളതൊന്നും വാങ്ങിക്കൊടുക്കാനാവു ന്നില്ലല്ലോ..

ആഷാഢസൂര്യന്റെ ശക്തിയേറിയ വെയിലിൽ അയാളുടെ കൈകൾ പൊള്ളിച്ചീർത്തു.

പത്ത്

കാളവണ്ടികൾ ഓരോന്നായി അതിർത്തി കടന്നുപോകുന്നു. ചായം പൂശിയ കൊമ്പുകളുള്ള വലിയ കാളകൾ പക്ഷേ, ക്ഷീണിതരാണ്. കരിമ്പു വിളവെടുപ്പു കഴിഞ്ഞാൽ ഇത്തരം കാളവണ്ടികളിലാണ് കൊണ്ടു പോവുക. നീലക്കരിമ്പിന്റെ മുഴുപ്പുള്ള തണ്ടുകൾ കെട്ടിവച്ച കാളവണ്ടി കൾ വലിക്കാൻ ഊക്കുള്ള വലിയ കാളകൾ വേണം. അവയുടെ വളഞ്ഞ കൊമ്പുകൾക്ക് ചുവപ്പും നീലയും ചായങ്ങളാവും. അവയ്ക്കൊപ്പം ചിരി ച്ചുല്ലസിച്ച് കർഷകരുമുണ്ടാവും. കരിമ്പു വിറ്റ് കനം വച്ച മടിശ്ശീലകളു മായി അവർ തിരിച്ചു വരുമ്പോൾ ഗ്രാമം ഉത്സവലഹരിയിലായിരിക്കും. എന്തു രസമായിരുന്നു ആ ഘോഷയാത്ര കാണാൻ.

ഇതിപ്പോൾ ശവഘോഷയാത്രപോലെ പതിയെയാണ് കാളകൾ നീങ്ങുന്നത്. ഗ്രാമം വിട്ടുപോകുന്ന കുടുംബങ്ങളാണ് ഒക്കെയും. തെലു ങ്കാനയ്ക്കു വരെ പോകുന്നു.

ഹനുമാൻജീ പ്രസാദിച്ച് സാധനയുടെ പനി മാറിയിരിക്കുന്നു. വിജയ് ഉച്ചയ്ക്കുമുന്നേ തുടങ്ങിയ കരച്ചിലാണ്. ചോറും ദാലും വേണമെന്ന ഒരേ വാശി. ഭുവന ഒന്നും കേൾക്കാത്തതുപോലെ കുഞ്ഞിനെ മടിയിൽ വച്ചി രിപ്പാണ്. എല്ലാം നോക്കിക്കൊണ്ട് ഒന്നും ചെയ്യാനാവാതെ വിശാൽ അ ടുക്കളത്തിണ്ണയിൽ കുത്തിയിരിപ്പുണ്ട്. അവന് കാര്യങ്ങൾ തിരിച്ചറിയാ റായിരിക്കുന്നു. അതുകൊണ്ടു തന്നെ ഈയിടെയായി തീരെ നിശ്ശബ്ദ നാണ്.

പട്ടണംവരെ പോയാൽ പൈസ കൊടുത്ത് സാധനങ്ങൾ വാങ്ങിക്കാം. പലചരക്കു കടയിൽ ഇപ്പോഴേ കടം പറഞ്ഞിരിക്കുകയാണ്. ഇനിയും അങ്ങോട്ടു ചെല്ലാനാവില്ല. ചോളത്തിന്റെ പതിരടക്കം പൊടിച്ച് റൊട്ടിയുണ്ടാക്കിക്കൊടുത്തതിനാലാവും കുട്ടികൾക്ക് ഇന്നലെ രാത്രി വയ റുവേദനയായിരുന്നു.

എന്തെല്ലാം പഴങ്ങളുണ്ടായിരുന്ന മരങ്ങളാണ്. ഇപ്പോൾ കള്ളിമുൾ ച്ചെടികളെപ്പോലെ വാടി നില്ക്കുകയാണ്. ഒരു തളിരോ പൂവോ കാണു ന്നില്ല എവിടേയും.

വിജയിന്റെ കാൽ തട്ടി ചെപ്പുകുടം നിലത്തു വീണുപൊട്ടി. ഭുവന ഓടിച്ചെന്നപ്പോഴേക്കും എല്ലാം കഴിഞ്ഞു. ടാങ്കർ ലോറി വന്നപ്പോൾ പിടി ച്ചുവെച്ച വെള്ളം മുഴുവൻ അടുക്കള നിലത്തുകൂടി ഒഴുകിപ്പരന്നു പോവു ന്നത് ഏക്നാഥ് നിസ്സഹായതയോടെ കണ്ടു നിന്നു. സങ്കടവും ദേഷ്യവും കൊണ്ട് ഭുവന വിജയിനെ പൊതിരെ തല്ലുന്നുണ്ട്.

ഇനി മൂന്നു ദിവസം കഴിഞ്ഞേ വെള്ളം വരികയുള്ളു. അതുവരെ..
പണമില്ല, ഭക്ഷണമില്ല... ഇപ്പോൾ വെള്ളവും തീർന്നിരിക്കുന്നു.
ഭ്രാന്തു പിടിക്കുന്നതുപോലെ.

കഴിഞ്ഞ വർഷങ്ങളിൽ വിള കുറവായിരുന്നെങ്കിലും മൊത്തക്കച്ച വടക്കാർ നല്ല വില തന്നിരുന്നു. ഇപ്പോൾ വിളയുമില്ല, ഉള്ളതിന് വിലയു

മില്ല.

കരഞ്ഞുകരഞ്ഞ് വിജയ് ചോറും ദാലും മറന്നുപോയെന്നു തോന്നുന്നു. വെള്ളം വെള്ളം... അവന്റെ തേങ്ങൽ അങ്ങനെ നേർത്തു പോയിരിക്കുന്നു.

ഉച്ചവെയിൽ ഗ്രാമത്തെ തീക്ഷ്ണമായി പുതപ്പിച്ചു. ഏക്നാഥിന്റെ കണ്ണുകൾ ഒരു നീണ്ട മയക്കത്തിലേക്ക് ആണ്ടുപോയി. പട്ടിണിയും മാ നസിക സംഘർഷങ്ങളും അലച്ചിലും കണ്ണുകളിൽ കനമുള്ള മുദ്രപോ ലെ വന്നടിഞ്ഞു.

പതിനൊന്ന്

വലിയ ബഹളം കേട്ടാണുണർന്നത്. അയൽക്കാരും നാട്ടുകാരുമൊ ക്കെയായി ഒരുപാടാളുകൾ വീട്ടുമുറ്റത്തുണ്ട്. വിജയിനെ തിണ്ണയിൽ കിട ത്തിയിരിക്കുന്നത് അപ്പോൾ മാത്രമാണു ശ്രദ്ധിച്ചത്.

എപ്പോഴാണവൻ പുറത്തേക്കു പോയത്..

ഭുവനയും അമ്പരന്നു നില്ക്കുകയാണ്.

നാട്ടുകാർ അവനെ എടുത്തുകൊണ്ടു വരുന്നത് കണ്ടാണ് അവൾ ഓടിയിറങ്ങിച്ചെന്നത്.

തണുത്തു മരവിച്ച ശരീരം. പാതിയടഞ്ഞ കണ്ണുകൾ.

ഏക്നാഥ് അവന്റെ നെറ്റിയിൽ തൊട്ടു.

"കിണറുവക്കത്ത് ജനക്കൂട്ടത്തിനിടയിൽ വെള്ളം കോരിയെടുക്കാൻ ശ്രമിക്കുകയായിരുന്നുകുട്ടി.."

സൂര്യകാന്ത് പാണ്ഡെ പറയുന്നത് കേട്ടു. പെട്ടെന്ന് കുഴഞ്ഞു വീഴു കയായിരുന്നു.

ഭുവനയുടെ നിലവിളി വീടിന്റെ മോന്തായം തകർക്കുമാറ് പൊങ്ങി. മകന്റെ വരണ്ട ചുണ്ടുകളിൽ ദാഹം വറ്റാതെ കിടക്കുന്നത് ഏക്നാഥ് വ്യക്തമായി കണ്ടു.

പന്ത്രണ്ട്

സൂര്യാസ്തമയത്തിനുമുമ്പ് ചടങ്ങുകളെല്ലാം കഴിഞ്ഞു. ഗ്രാമത്തിലെ പൊതുശ്മശാനത്തിലാണ് അവനെ ദഹിപ്പിച്ചത്. ഹൃദയാഘാതമായിരു ന്നു മരണകാരണമെന്ന് സർക്കാർ ആശുപത്രിയിലെ ഡോക്ടർ ധനഞ്ജ യ് സിൻഹ സാക്ഷ്യപ്പെടുത്തിയിരുന്നു. വെള്ളം കിട്ടാതെ ഏറെ ദൂരം നടന്നു ക്ഷീണിച്ച് രക്തസമ്മർദ്ദം താഴ്ന്ന് ഹൃദയത്തിന്റെ പ്രവർത്തനം പതിയെ നിലച്ചതാണെന്ന്. ചോറും ദാലും കിട്ടാതെ വാശി പിടിച്ച് വെ ള്ളത്തിനു ദാഹിച്ചാവും അവൻ വീട്ടിൽ നിന്നിറങ്ങിപ്പോയിരിക്കുക. അതോ അറിയാതെ തട്ടിക്കളഞ്ഞ വെള്ളത്തിനു പകരം കൊണ്ടുവരാൻ ആരുമ റിയാതെ പോയതോ. മുറ്റത്ത് പൂവരശിന്റെ ചുവട്ടിൽ അവന്റെ കളിവണ്ടി

അനാഥമായിക്കിടന്നു.

അവിടവിടെ ചുറ്റിപ്പറ്റി നിന്ന അയൽക്കാരും ബന്ധുക്കളും ക്ഷീണം കൊണ്ട് മയങ്ങിപ്പോയിരുന്നു. വർഷമേഘങ്ങളില്ലാത്ത ആകാശത്ത് പതിയെ ചന്ദ്രബിംബം തെളിഞ്ഞു.

പതിമൂന്ന്

മഞ്ജാര അണക്കെട്ടും വറ്റിപ്പോയ വാർത്തയുമായി വന്നത് സന്ദേശ് യാദവാണ്. റിസർവ്വോയറിൽ ചത്ത പാമ്പുകൾ വരണ്ടുണങ്ങി കിടക്കു ന്നുണ്ട്. അകന്ന ബന്ധുവും കളിക്കൂട്ടുകാരനുമായ സന്ദേശ് ലത്തൂരിൽ നിന്നു കുടുംബത്തോടൊപ്പം ഗണേഷ് വാടിയിലെത്തിയപ്പോഴാണ് ഏക് നാഥിന്റെ കുടുംബത്തിൽ ദുരന്തം സംഭവിച്ചതറിഞ്ഞത്. മുംബൈയി ലേക്കോ മറ്റോ പോയാലോ എന്നാലോചിക്കാൻ വന്നതായിരുന്നു അവർ. ബീഡിലും ജൽനയിലും പ്രഭാനിയിലുമൊക്കെ സ്ഥിരം കാഴ്ചയായിത്തീർ ന്നിരുന്നു അത്തരം കൂടുമാറ്റങ്ങൾ. അതികാലത്തുതന്നെ വീട്ടുസാധന ങ്ങളും കുട്ടികളുമായി നീങ്ങുന്ന കുടുംബങ്ങൾ. കാളവണ്ടികളിപ്പോൾ അധികം കാണാറില്ല. കന്നുകാലികളെ മിക്കവരും വിറ്റുകൊണ്ടിരിക്കു കയാണ്. കൃഷിയില്ല, പാൽക്കറവയില്ല, തീറ്റാൻ പുല്ലുപോലുമില്ല. വീട്ടിലെ അംഗത്തെപ്പോലെ വളർത്തിയ നാല്ക്കാലികൾ ദയനീയമായി മുന്നിൽ ക്കിടന്ന് ചാവുന്നത് കാണാൻ വയ്യ. എങ്കിലും ആ ശോഷിച്ച മൃഗങ്ങളെ വാങ്ങുന്നവർ വളർത്താനല്ല കൊണ്ടുപോകുന്നതെന്ന് എല്ലാവർക്കുമ റിയാം. ഒസ്മനാബാദിലെയോ, കർബല കബർസ്ഥാനിനടുത്തോ ഒക്കെ യുള്ള കോളനികളിൽ താമസിക്കുന്നവർക്ക് ഇറച്ചിയാവശ്യത്തിനാണ് അവയെ കൊണ്ടുപോവുന്നത്. ഗോവധം നിരോധിച്ചിട്ടുണ്ടെങ്കിലും ഈ കച്ചവടങ്ങൾക്ക് അതൊന്നും ബാധകമല്ലെന്നാണ്. പട്ടിണിക്കു മുമ്പിൽ നിയമം തോല്ക്കുന്നത് ഏക്നാഥ് അമ്പരപ്പോടെ നോക്കി നിന്നു. വെളു ത്തു തുടുത്തിരുന്ന ശംഖിലിപ്പശുവിനെ കൊണ്ടുപോകാൻ വന്ന പീർ മുഹമ്മദ് എണ്ണിക്കൊടുത്ത പൈസ കുർത്തയുടെ പോക്കറ്റിൽ ഭദ്രമായി വെക്കുമ്പോൾ അയാളുടെ മെലിഞ്ഞ കൈകൾ വിറച്ചു.

വിജയിനെ എന്നെന്നേക്കുമായി നഷ്ടമായി. മറ്റുള്ളവരെയെങ്കിലും രക്ഷിക്കണം. അതിന് മുമ്പിലുള്ള ഏത് വഴിയും നോക്കിയേ പറ്റൂ. കൈ യിലുണ്ടായിരുന്ന രണ്ടുജോടി കാളകളെ കുറേമുമ്പേ കൊടുത്തു. നാനാ ജിയുടെ പലിശക്കടം വീട്ടാനുള്ള തത്രപ്പാടിലായിരുന്നു അന്ന്. എങ്കിലും ശംഖിലിയെ വിടാൻ മനസ്സില്ലായിരുന്നു. പക്ഷേ, ഉണങ്ങി വരണ്ട ഭൂമി യിൽ അവൾക്കു കൊടുക്കാൻ പുല്ലുപോലും ഇല്ലാതായിരിക്കുന്നു.

ശംഖിലിയുടെ കുടമണിനാദം അകലേക്കു മായുംവരെ ഏക്നാഥ് മുറ്റത്തു തന്നെ നിന്നു. കയറഴിച്ചു പീർമുഹമ്മദിന്റെ കൈയിൽ കൊടു ക്കുമ്പോൾ അവൾ തിരിഞ്ഞു നോക്കിയ ആ നോട്ടം -അതുമാത്രം മറ ക്കാൻ അയാൾക്കു കഴിഞ്ഞില്ല.

പതിനാല്

സന്ദേശ് യാദവും കുടുംബവും ഘാട്കോപ്പറിലേക്ക് പോയി. മഴ വരുന്നതുവരെ അവിടെ എങ്ങനെയെങ്കിലും ജീവിക്കാം. എത്ര നിർബ്ബ ന്ധിച്ചിട്ടും ഏക്നാഥിന് അവരോടൊപ്പം പോകാനായില്ല. വീട്, കൃഷി ഭൂമി ഒക്കെ ഉപേക്ഷിച്ച് ദൂരദിക്കിലേക്കു പോകുന്ന കാര്യം ആലോചി ക്കാനാവില്ലായിരുന്നു അയാൾക്ക്. അവർ പോകുന്നതിന്റെ തലേന്നാണ് സ്വരാജ് അഭിയാൻ വോളണ്ടിയർമാർ പാട്ടുപാടി പദയാത്ര നയിച്ചു വന്നത്.

"സിന്ദഗീ ആസുവോം മെ നഹായി നഹോ"

ജനങ്ങളെ ബോധവല്ക്കരിക്കാനാണ് അവരെത്തിയത്. സ്കൂൾ അട ച്ചിട്ടാലും കുട്ടികൾക്ക് ഉച്ചഭക്ഷണം നല്കണമെന്ന് കോടതി വിധിയു ണ്ടെന്നും കുറഞ്ഞ വിലയ്ക്ക് റേഷൻ കാർഡില്ലാത്തവർക്കും ധാന്യങ്ങൾ ലഭിക്കാൻ അർഹതയുണ്ടെന്നും അവർ സമർത്ഥിച്ചു. അവരെക്കണ്ട പ്പോൾ വലിയ ആശ്വാസം തോന്നി. എങ്കിലും ഭാവി വലിയ അനിശ്ചിത ത്വത്തിൽ തന്നെയായിരുന്നു.. സന്ദേശ് എത്ര തന്നെ പറഞ്ഞിട്ടും ഏക് നാഥ് യാദവിന് പക്ഷേ, വീടുവിട്ടിറങ്ങാൻ മനസ്സു വന്നതേയില്ല.

പതിനഞ്ച്

വെള്ളം വാങ്ങിക്കാനായി കുടവുമായി കവലവരെ പോയതായിരുന്നു ഏക്നാഥ്. നല്ല തിരക്കും ബഹളവുമുണ്ടവിടെ. അളന്നു തൂക്കിയാണ് വണ്ടിക്കാർ വെള്ളം തരുന്നത്. തിരിച്ചു വീട്ടിലെത്തിയപ്പോൾ ഹരിനാരാ യണ കുംബാർ തന്റെ തടിച്ച ശരീരവുമായി വരാന്തയിൽ കുത്തിയിരി ക്കുകയാണ്. പാനിന്റെ കറപുരണ്ട പല്ലുകൾ കാണിച്ച് അയാൾ ചിരിച്ച പ്പോൾ ഏക്നാഥിന് വെറുപ്പു തോന്നി.

കഴിഞ്ഞ ഗണേശോത്സവം തൊട്ട് അയാൾ പിന്നാലെ നടന്നു ശല്യ പ്പെടുത്തുന്നു. നഗരത്തിലെ കുട്ടികളില്ലാത്ത ദമ്പതികൾക്ക് സാധനയെ ദത്തു നല്കണമെന്നാണ് ആവശ്യം.

കേട്ടപ്പോൾ തന്നെ ആട്ടിയിറക്കി വിട്ടതാണ്. പിന്നേയും പലതവണ അയാൾ അതുംപറഞ്ഞ് പടി കയറുകയുണ്ടായി.

"ഇത്ര ഓമനയായ കുഞ്ഞ്. അതീ കാട്ടുമൂക്കിൽ വളരാതെ നല്ലൊ രിടത്ത് വളർന്ന് വലുതാവട്ടെ. പൊന്നുപോലെ നോക്കുമവർ. കോടീശ്വ രന്മാരാണ്."

കൈ നിറയെ പണം. വീട്. മറ്റു വാഗ്ദാനങ്ങൾ. അവർക്ക് ഗ്രാമ ത്തിൽനിന്ന് ഐശ്വര്യമുള്ള കുട്ടിയെ വേണംപോലും. അനാഥാലയങ്ങ ളിൽനിന്നും വേണ്ട. അതാണ് കുംബാര ഇങ്ങനെ ശല്യപ്പെടുത്താൻ കാ രണം.

"മക്കൾ വേണമെങ്കിൽ ഇനിയും ആയിക്കൂടെ ഏക്നാഥ്.

നിങ്ങൾക്കത്ര പ്രായമൊന്നുമായില്ലല്ലോ."

കുംബാര നയത്തിൽ സംസാരം തുടങ്ങി. "കൊടും ചൂടത്ത് കു ഞ്ഞ് വാടിത്തളർന്നതു കണ്ടില്ലേ. ഒരു കുട്ടി മരിച്ചും പോയി. രാജകുമാ രിയെപ്പോലെ വളരും നിന്റെ മോൾ. വീട്ടിലെ ദുരിതങ്ങളും തീരും."

നാനാജിയുടെ കൈയിൽനിന്നും വാങ്ങിയ കാശിന്റെ കണക്ക് മുതലും പലിശയുമടക്കം കൃത്യമായി അറിയാം ഹരിനാരായണൻ കുംബാ രയ്ക്ക്. അതുകൊണ്ടുതന്നെയാണ് വിടാതെ പിടികൂടിയിരിക്കുന്നതും. സാധനയില്ലാതെ ഈ വീട് എങ്ങനെ നടന്നുപോകും. അവളുടെ കുഞ്ഞു മുഖം, കളിചിരികൾ.. അതൊക്കെ കാണുമ്പോഴാണ് എല്ലാ വേദനകളും ഒരു ഞൊടിയിടയെങ്കിലും മറക്കാൻ കഴിയുന്നത്...

"ആലോചിക്ക് ഏക്നാഥ്. എനിക്കിത്തിരി തിരക്കുണ്ട്. അടുത്ത യാഴ്ച പട്ടണത്തിലേക്കു പോകും മുമ്പ് ഞാൻ വരാം.."

ഇപ്രാവശ്യം അയാളെ ആട്ടിയകറ്റാൻ എന്തുകൊണ്ടോ ഏക്നാഥിനു കഴിഞ്ഞില്ല.

"ശരി കുംബാരെ.. ഞാനൊന്ന് വിശ്രമിക്കട്ടെ.." അങ്ങനെ പറയു മ്പോൾ തന്റെ ശബ്ദത്തിൽ അതുവരെയില്ലാത്ത ഒരാർദ്രത വന്നു നിറഞ്ഞത് ഏക്നാഥിനെ അമ്പരപ്പെടുത്തി.

പതിനാറ്

വലിയ ടെന്റ് പണിതുണ്ടാക്കി അതിലാണ് അഭയാർത്ഥി കുടുംബ ങ്ങൾ കഴിഞ്ഞുകൂടുന്നത്.

മുംബൈയിൽനിന്നും സായിനാഥ് വന്നപ്പോൾ പറഞ്ഞ കഥകൾ കേൾക്കാൻ കവലയിൽ ആളുകൾ കൂടി.

നിരവധി കുടുംബങ്ങൾ അപ്പോഴേക്കും ഗ്രാമം വിട്ടുപോയിരുന്നു. ശേഷിച്ചവർക്ക് പോയവരുടെ അവസ്ഥ എന്തെന്നറിയാനുള്ള ആകാം ക്ഷയുണ്ടായിരുന്നു. മഴ പെയ്യാത്തതുകൊണ്ടുതന്നെ ആരും തിരിച്ചു വന്നി ട്ടില്ല. ഗ്രാമം വിട്ടുപോയശേഷം ആദ്യമായി തിരിച്ചു വരികയാണ് സായി നാഥ്. ഹനുമാൻ മന്ദിരിൽ പൂജ കഴിപ്പിക്കാൻ വേണ്ടിയാണ് അയാൾ വന്നിരിക്കുന്നത്. നാളെ തന്നെ തിരിച്ചു പോവുകയും ചെയ്യും.

"മഴ ഒട്ടും കനിഞ്ഞില്ലല്ലേ.."

അയാൾ വയലിലിറങ്ങിച്ചെന്ന് ഉണങ്ങിയ കരിമ്പിൻകൂട്ടം പിടിച്ചു കുലുക്കി. ചുവന്നു കട്ടിയുള്ള പൊടിമണ്ണ് വായുവിലേക്കുയർന്നു. സൂര്യ കാന്തിയും സോയാബീനും നിലക്കടലയും വിളയാത്തതിനാൽ ഇത്ത വണ എണ്ണ ഉല്പാദനവും പരുങ്ങലിലാവും. പഞ്ചസാരയ്ക്കും ക്ഷാമം ഉണ്ടാവാൻ സാധ്യതയുണ്ടെന്ന്. മൊത്തത്തിൽ വലിയൊരു ക്ഷാമകാ ലമാണ് കാത്തിരിക്കുന്നത്. ഗ്രാമവാസികൾക്ക് അസുഖമൊഴിഞ്ഞ നേര മില്ല. പനിയും അതിസാരവുമായി എല്ലാവരും തളർന്നിരിക്കുന്നു. ഘാട് കോപ്പറിലും താനെയിലുമൊക്കെ മരച്ചുവട്ടിലാണ് പല കുടുംബങ്ങളും

ജീവിക്കുന്നതെന്ന് സായിനാഥ് പറഞ്ഞു. അജയ് ദേശ്മുഖിന്റെ ഫോട്ടോ അവിടെ പത്രങ്ങളിലൊക്കെ അടിച്ചു വന്നിരുന്നുവത്രെ. സ്വന്തമായി പത്തു പതിനഞ്ചേക്കർ കൃഷിഭൂമിയും പണിക്കാരുമൊക്കെയുള്ള ആളാണ്. എന്നിട്ടിപ്പോൾ വലിയൊരു ആൽമരച്ചുവട്ടിലാണ് കുടുംബത്തോടൊപ്പം പൊറുതി. വീട്ടുസാധനങ്ങളൊക്കെ മരക്കൊമ്പുകളിൽ കെട്ടിത്തൂക്കി ഇട്ടി രിക്കുകയാണെന്ന്.

വലിയ ടെന്റുകളിൽ ഡസൻ കണക്കിനു കുടുംബങ്ങളാണ് കഴി ഞ്ഞുകൂടുന്നത്. ഭക്ഷണവും വെള്ളവും മരുന്നുമൊക്കെ സർക്കാരും സന്നദ്ധസംഘടനകളും എത്തിച്ചുകൊടുക്കുന്നുണ്ട്. വലിയ ഭൂവുടമക ളുമുണ്ട് കൂട്ടത്തിൽ. തരിശു നിലമായിമാറിയ, ഏക്കറുകണക്കിനു ഭൂമി കൊണ്ട് പ്രയോജനമില്ലാതായവർ.

വിശാലിന് അടിക്കടി അസുഖങ്ങൾ വരുന്നു. രക്തസമ്മർദ്ദം താഴു ന്നതാണെന്നാണ് ഹെൽത്ത് സെന്ററിലെ ഡോക്ടർ പറഞ്ഞത്. എപ്പോഴും തളർച്ചയും ക്ഷീണവും. സിവിൽ ആശുപത്രിയിലും പോയെങ്കിലും കാര്യമായ മാറ്റമൊന്നുമില്ല. നന്നായി വെള്ളം കുടിക്കാൻ കൊടുക്കുക, ഭക്ഷണം കൊടുക്കുക, മരുന്ന് കൃത്യമായി നല്കുക എന്നൊക്കെയാ ണ് അവരും പറയുന്നത്.

സിദ്ധാർത്ഥനഗറിലെ ലക്ഷ്മി ഹോസ്പിറ്റിൽ നല്ല ഡോക്ടർമാരുണ്ട്. പക്ഷേ, അവിടെ പോയി കാണിക്കാൻ കുറെ പണം വേണം.

സാധനയുടെ അരയിലെ സ്വർണ്ണനൂലും വിറ്റു കഴിഞ്ഞു. കഴിഞ്ഞ ഗണേഷചതുർത്ഥിക്കാണ് അത് വാങ്ങിക്കെട്ടിയത്.

ഏക്നാഥ് ദീർഘമായൊന്നു നിശ്വസിച്ചു. ശ്രാവണത്തിലും ചുടു കാറ്റ് നിർത്താതെ വീശുന്നു. തന്റെയും കുടുംബത്തിന്റെയും ശ്മശാന ഭൂമിയായി മാറുമോ ഈ ഗണേഷ് വാടി.

പതിനേഴ്

വിശാലിന് അസുഖം അധികരിച്ചു. തണുത്തു മരവിച്ച പോലെ കുട്ടി സദാസമയവും കിടക്കയിൽ തന്നെ. ഛർദ്ദിയും പനിയുമുണ്ടാവും ഇടയ് ക്കിടെ. ശരീരം മുഴുവൻ ചുവപ്പു നിറമുള്ള ചെറിയ തടിപ്പുകളും കാണു ന്നുണ്ട്.

അന്നു വൈകുന്നേരം ഏക്നാഥ് യാദവ് ഹരിനാരായൺ കും ബാരയെ ആളയച്ചു വരുത്തി. നഗരത്തിലേക്കു പോകുംമുമ്പെ വരാമെന്നു കുംബാരെ പറഞ്ഞിരുന്നുവെങ്കിലും അത്രയധികം കാത്തു നില്ക്കാനാ വില്ലായിരുന്നു.

വിശാലിനു നല്ല ചികിത്സ കൊടുക്കണം. പിടിച്ചു നില്ക്കാൻ ഇനി വേറെ വഴിയുമില്ല. ഒരു മകനെ നഷ്ടപ്പെട്ടു. ഇനിയുള്ളതും അകാല മര ണത്തിനിരയായാൽ പിന്നെ ജീവിക്കുന്നതെന്തിനാണ്.

സാധനയുടെ കരച്ചിൽ ഉയർന്നുയർന്നു കേൾക്കുന്നു. പാലില്ല, ഭക്ഷ
ണമില്ല. അവൾക്കും അനാരോഗ്യം അധികരിക്കുകയാണ്. എന്നാലും
കൊഞ്ചിപ്പറഞ്ഞുകൊണ്ട് അവൾ ഇടയ്ക്കിടെ ഏക്നാഥിന്റെയടുത്തു
പതിയെ നടന്നെത്തും. ഭുവനയുടെ നെഞ്ചിൽനിന്ന് അയാൾ കുഞ്ഞിനെ
അടർത്തിയെടുത്ത് നെഞ്ചോടു ചേർത്തു. എണ്ണമയമില്ലാതെ ചകിരിപോ
ലെയായ തലമുടി നിറുകയിൽ കെട്ടിവച്ചിരിക്കുന്നു. പൊടിയടിച്ച് അത്
ചെമ്പുനിറമായിട്ടുണ്ട്.

മകളേ നീയെങ്കിലും സുഖമായി ജീവിക്കുക. നിശ്ശബ്ദം അങ്ങിനെ
പറഞ്ഞ് ഏക്നാഥ് സാധനയെ നെഞ്ചോടടുക്കി. ഹൃദയത്തുടിപ്പിന്റെ
താളം കേട്ട് കുഞ്ഞ് അയാളുടെ നെഞ്ചിൽ തളർന്നുറങ്ങി.

പതിനെട്ട്

ഭുവനയെ സമ്മതിപ്പിക്കാൻ ഒരുപാടു പ്രയാസപ്പെട്ടു. മരിക്കുന്നെ
ങ്കിൽ ഒന്നിച്ചു മരിക്കാം എന്നൊരു വാക്കു മാത്രമാണവൾ പറയുന്നത്.

ഒരു പക്ഷേ, അത് എളുപ്പമാണ്. ഒരു തുള്ളി കീടനാശിനി ചേർത്ത്
ഒരു നിമിഷത്തിൽ അവസാനിപ്പിക്കാം എല്ലാം. പക്ഷേ, വിശാലിന്റെയും
സാധനയുടേയും ജീവൻ അവസാനിപ്പിക്കാൻ അർഹതയുണ്ടോ. അവർ
ഭൂമി കണ്ടു തുടങ്ങുന്നതല്ലേയുള്ളൂ. ജീവിതത്തിന്റെ സുഖവും ദുഃഖവും
അവരിലേക്കെത്തുന്നതേയുള്ളൂ. കൊള്ളപ്പലിശക്കാരിൽനിന്നും കടം
വാങ്ങിയതും മഴ പെയ്യാത്തതും അവരുടെ കുഴപ്പമല്ല. സാധനയ്ക്കാ
ണെങ്കിൽ രാജകീയമായ ഒരു ജീവിതം മുന്നിലുണ്ട്. അതാണ് ഇത്രകാ
ലമായി നിഷേധിക്കുന്നത്. വിശാലിന്റെ അസുഖം ഒന്നു കുറഞ്ഞാൽ ന
ഗരത്തിലേക്കു പോകാം. ടെന്റിൽ അഭയാർത്ഥികളായി താമസിക്കേണ്ടി
വരില്ല. സാധനയെ കൊണ്ടുപോകാൻ വരുന്ന ദമ്പതികൾ മൂന്നു മുറിക
ളുള്ള ഒരു ഫ്ലാറ്റാണ് വാഗ്ദാനം ചെയ്തിരിക്കുന്നത്. അവരുടെ ഫാക്ട
റിയിൽത്തന്നെ ജോലിയും. മഴ പെയ്യുമ്പോൾ ഇവിടേക്കു തന്നെ തിരി
ച്ചു വരാം.

ചപ്പിയ മുലകളിൽ ചുണ്ടമർത്തി തളർന്നു മയങ്ങുന്ന സാധനയെ
ചേർത്തു പിടിച്ച് ഭുവന കണ്ണീർ വാർത്തു. ആ രാത്രി മുഴുവൻ അവരിരു
വരും മഴയ്ക്കുവേണ്ടി മനംനൊന്തു പ്രാർത്ഥിച്ചു. രാവിലെയുണരുമ്പോൾ
അവരുടെ മനസ്സുപോലെത്തന്നെ വരണ്ടുണങ്ങിക്കിടന്നിരുന്നു ചുറ്റുമുള്ള
വയലേലകളും. വർഷമേഘങ്ങളുടെ രാശി എവിടേയും കാണാനേ കഴി
ഞ്ഞില്ല.

പത്തൊൻപത്

ഗോദാവരി വറ്റിവരണ്ട ദിവസമാണ് സാധനയെ കൊണ്ടുപോകാൻ
അവരെത്തിയത്. മയങ്ങിക്കിടക്കുകയായിരുന്നു അവളപ്പോൾ.

'നീയും വരണ്ടുണങ്ങി മരിക്കാതിരിക്കാൻ.. എനിക്കിതേ വഴിയുള്ളു കുഞ്ഞേ...'

ഏക്നാഥിന്റെ വരണ്ട ചുണ്ടുകൾ എണ്ണമയമില്ലാത്ത അവളുടെ കുഞ്ഞിത്തലയിൽ അമർന്നു.

ഭുവന അകത്തെ മുറിയിൽ നിന്നിറങ്ങിയതേയില്ല. ചോളപ്പതിരുകളും ചാണക വരളിയും പാറ്റകളും നിറഞ്ഞ നിലവറയുടെ തറയിൽ അവൾ ഒരു ഭ്രാന്തിയെപ്പോലെ കമഴ്ന്നു കിടന്നു.

ഗോദാവരിയെപ്പോലെ അവളുടെ കണ്ണുകളും വറ്റിവരണ്ടിരുന്നു..

തിണ്ണയിൽ അനാഥമാക്കപ്പെട്ടതുപോലെ പുതിയവീടിന്റെ പ്രമാണ ങ്ങളും തിളക്കമുള്ള ഒരു താക്കോലും ആരാലും ശ്രദ്ധിക്കപ്പെടാതെ കി ടന്നു. ഗണേഷ് വാടിയുടെ ടാറിടാത്ത റോഡിലൂടെ പൊടിപറത്തിക്കൊണ്ട് ആ വെളുത്ത ആഡംബരക്കാർ മറയുവോളം ഏക്നാഥ് നോക്കി നിന്നു.

രണ്ടാമതൊരു മരണത്തിന്റെ ഗന്ധവും ശോകഛരവിയും വീടിനെ വന്നു മൂടുന്നത് അപ്പോഴയാൾക്ക് തിരിച്ചറിയാനായി.

ഇരുപത്

രാത്രി മുഴുവൻ പേമാരിയായിരുന്നു. ഇടിയും കാറ്റും മഴയും വീടിന്റെ മോന്തായം തകർക്കുമെന്നു തോന്നി. അതികാലത്തെഴുന്നേറ്റ് വയൽ ഉഴുതു മറിക്കണമെന്നും ചോളവും നിലക്കടലയും സൂര്യകാന്തിയും വിതയ്ക്കണമെന്നും അയാൾ കരുതി.

പെട്ടെന്ന സാധനയെ ഓർത്ത് അയാൾ നടുങ്ങി.

നാളെ ഉച്ചയ്ക്കുമുമ്പായി നഗരത്തിലേക്ക് പോകണമെന്നും ഹരി നാരായണ കുംബാരെയെക്കൊണ്ട് എങ്ങനെയെങ്കിലും പറഞ്ഞുസമ്മ തിപ്പിച്ച് സാധനയെ തിരിച്ചുകൊണ്ടുവരണമെന്നും അയാൾ മനസ്സിലുറ പ്പിച്ചു. ഭാദ്രപദത്തിലെ ശക്തമായ പേമാരി മണ്ണിനെയും മനസ്സിനെയും കുളിർപ്പിച്ച് ഇരമ്പിയാർത്തു. വയലിലേക്കോടിയിറങ്ങി പുതുമണ്ണിന്റെ മണം നുകരാനും മഴയിൽ സ്വയം മറന്നു കുളിക്കാനും വല്ലാത്ത കൊതി തോന്നി ഏക്നാഥിന്. കണ്ണുതുറക്കാൻ വെമ്പിനില്ക്കുന്ന വിത്തുകളു ടെ വേദന അയാൾക്കനുഭവിക്കാനായി. മഴയിൽ മൺകട്ടകൾ അലിഞ്ഞു തീരുമ്പോൾ ചിറകടിച്ചുവരുന്ന ആയിരമായിരം ഈയാംപാറ്റകളേയും പൂച്ചികളേയും പൂർണ്ണ നദിയിൽ കുതിച്ചു ചാടുന്ന കുഞ്ഞുമീനുകളേയും കാണാൻ ഏക്നാഥിന്റെ കണ്ണുകൾ വെമ്പി.

മഴയുടെ ഊയലാട്ടത്തിൽ അയാൾ മതിമറന്നുറങ്ങി.

ദൂരെയെവിടെനിന്നോ ദാഹിച്ചു വലഞ്ഞ ഒരു ചാവാലിപ്പട്ടിയുടെ നില യ്ക്കാത്ത മോങ്ങൽ കേട്ടാണ് ഏക്നാഥ് ഞെട്ടിയുണർന്നത്. വിയർത്തു കുളിച്ചിരുന്നു അയാളപ്പോൾ. ജനാലക്കപ്പുറത്തുകൂടി ഉഷ്ണിച്ചു വിങ്ങു ന്ന ആകാശം അയാൾ കണ്ടു. നക്ഷത്രങ്ങൾ പരിഹസിക്കുന്നതുപോലെ കണ്ണു ചിമ്മിക്കൊണ്ടിരുന്നു. നിശ്ശബ്ദമായ വീടിന്റെ അകത്തു നിന്ന് ഒരു

കുഞ്ഞിന്റെ കരച്ചിൽ ചെവികളിരമ്പുന്നതു പോലെ.... ഭുവന മയക്കത്തിൽ ആർത്തുകരയുന്നുണ്ടായിരുന്നു.

ഉണങ്ങിപ്പൊടിഞ്ഞ കരിമ്പോലകളിൽ പൊടിപറത്തിക്കൊണ്ട് പറ ന്നുവന്ന വേനൽക്കാറ്റ് അയാളുടെ കാഴ്ചകളെയടച്ചുവച്ചു.

ഇരുപത്തി ഒന്ന്

വിശാലിന്റെ ആരോഗ്യസ്ഥിതി തൃപ്തികരമാണിപ്പോൾ. മൂന്നുനേരം ഭക്ഷണം കഴിക്കാനും വെള്ളം കുടിക്കാനും കിട്ടുന്നുണ്ട്. ഹരിനാരായണ കുംബാര ഇടക്കൊരുതവണ കൂടി വന്ന് നഗരത്തിലേക്ക് താമസം മാറുന്ന കാര്യം ഓർമ്മിപ്പിക്കുകയുണ്ടായി. അത്യാവശ്യച്ചെലവുകൾക്കുള്ള പണവും അയാൾ നല്കിയതാണ്. സാധനയുടെ കാര്യം ഏക്നാഥ് ചോദി ച്ചതേയില്ല. അവൾ മിടുക്കിയായിരിക്കുന്നുവെന്നയാൾ പറഞ്ഞു. കാണാൻ ചെല്ലാൻ പാടില്ലെന്നു മാത്രമാണവർ പറഞ്ഞ നിബന്ധന.

ഇപ്പോൾ സ്വന്തം അച്ഛനമ്മമാരെപ്പോലെയാണത്രെ അവൾ അവ രോടു പെരുമാറുന്നത്. മുജ്ജന്മത്തിൽ അത് അവരുടെ മകൾ തന്നെയാ യിരുന്നെന്ന് പേരുകേട്ട ഒരു ജ്യോതിഷി പറഞ്ഞുപോലും. വിശാലിനെ ക്കാണുമ്പോൾ നെഞ്ചുരുകും. അവൻ ഇടയ്ക്ക് മുറ്റത്തിറങ്ങി വിജയിന്റെ കളിവണ്ടിയെടുത്തു നോക്കും. പിന്നെ സാധനയുടെ കളിപ്പാട്ടങ്ങളിലും തൊട്ടിലിലുമൊക്കെ തൊട്ടുരുമ്മി നടക്കും. ആരോടും ഒന്നും പറയുന്നി ല്ലെങ്കിലും പന്ത്രണ്ടു വയസ്സിനേക്കാൾ കൂടുതൽ മനോവേദന അവൻ അനുഭവിക്കുന്നുണ്ടെന്ന് വ്യക്തമായിരുന്നു.

മകനേ നീയെന്നെ ശപിക്കുമോ...

അയാൾ ഉള്ളുരുകി പിറുപിറുക്കും.

ഇരുപത്തി രണ്ട്

ഏക്നാഥും ഒരുക്കി, വീട്ടുസാമാനങ്ങളും വസ്ത്രങ്ങളും നിറച്ച ഒരു കാളവണ്ടി. യാത്രയാക്കാൻ ആരുമുണ്ടായിരുന്നില്ല. എല്ലാ കുടുംബങ്ങളും വെള്ളംകിട്ടുന്ന ഇടം തേടി പോയിക്കഴിഞ്ഞിരുന്നു. ചുടുകാറ്റടിക്കുന്ന വയലിനു നടുവിൽ നരച്ച മേല്ക്കൂരയ്ക്കു മുകളിൽ പുകപടർത്തി അയാ ളുടെ വീടുമാത്രം ആൾവാസത്തിന്റെ സൂചന കാണിച്ചു. ഗ്രാമം പ്രേത ഭൂമിപോലെയായി മാറിയിരുന്നു. വഴിവക്കിൽ കന്നുകാലികളുടേയും തെരുവു പട്ടികളുടേയും അസ്ഥികൂടങ്ങൾ. ഇലവു മരങ്ങളുടെയും പൂവ രശിന്റെയും മെലിഞ്ഞുണങ്ങിയ കൊമ്പുകൾ. കള്ളിമുൾച്ചെടികൾക്കു പോലുമുണ്ടായിരുന്നു വല്ലാത്തൊരു വാട്ടം. എങ്കിലും വരണ്ട ഭൂമിയിൽ അവ മാത്രം അങ്ങിങ്ങു തലയുയർത്തി നിന്നു. എല്ലാം പരിചയമാകും വരെ ഹരിനാരായണ കുംബാരെയും കുടുംബവും കുറച്ചു ദിവസം അവ രുടെ കൂടെയുണ്ടാവും.

ഗ്രാമം വിടുന്നതിന്റെ തലേന്നുവരെ ഏക്നാഥ് വയൽക്കരയിൽ പോയി ആകാശം നോക്കി നിന്നു. ഒരു വേള 'കൃഷ്ണമേഘ'ത്തിന്റെ ലാഞ്ഛന കണ്ട് അയാൾ വിത്തും പണിയായുധങ്ങളും തയ്യാറാക്കി വെക്കുക കൂടി ചെയ്തു.

കഴിഞ്ഞവർഷം ഇതുപോലെ കൃഷ്ണമേഘത്തെക്കണ്ട സമയത്ത് ഗ്രാമവാസികളെല്ലാം വിത്തും പണിയായുധങ്ങളും ഒരുക്കി വച്ചിരുന്നു. ചിലർ വയൽ ഉഴുതു മറിക്കുകകൂടി ചെയ്തു. ലക്ഷണം കണ്ടിട്ട് മഴ പെയ്യില്ലെന്ന് പഴമക്കാരെല്ലാം പറഞ്ഞിട്ടും എല്ലാവരും പ്രതീക്ഷയോടെ കാത്തിരുന്നു. ആകാശം കനിഞ്ഞതേയില്ല. ഒരു ചാറ്റൽമഴ പോലും ഉണ്ടാ യിട്ടില്ല. ഏക്നാഥ് കുഞ്ഞിനെ നഗരവാസികൾക്കു വിറ്റു കളഞ്ഞതു കൊണ്ട് ഗണേഷ് വാടിയിലാകെ ശാപം വീഴുമെന്നു പറഞ്ഞ് അവശേ ഷിച്ച ഗ്രാമവാസികൾ കൂട്ടത്തോടെ സ്ഥലംവിടുകയാണുണ്ടായത്. കടുത്ത ഭാഷയിൽ കുറ്റപ്പെടുത്താൻ അവരാരും മറന്നില്ല. ഭുവനയും വിശാലുമാകട്ടെ അവരുടേതായ വേദനകളിലും വിഭ്രമങ്ങളിലുമാണ്ട് കഴി ഞ്ഞുകൂടുകയാണ്. വരണ്ട വലിയ മൺകട്ടകൾ വിണ്ടുനില്ക്കുന്ന പാടത്ത് കൊടുംവെയിലിൽ അയാൾ സ്വയം നഷ്ടപ്പെട്ടതുപോലെ നിന്നു.

ഇരുപത്തി മൂന്ന്

കാളവണ്ടിയുടെ കുടമണി ശബ്ദം മാത്രം നിശ്ശബ്ദതയെ ഭേദിച്ചു മുഴങ്ങി. രണ്ടുമൂന്നു മൈലുകൾ കടന്നുപോയിരുന്നു അവർ. ഹരിനാരാ യണ കുംബാരയുടെ ഭാര്യ പൊതിഞ്ഞുകെട്ടി കൊണ്ടുവന്ന ചോറും റൊട്ടിയും പരിപ്പും ഏക്നാഥിന്റെ കുടുംബത്തോടൊപ്പം പങ്കിട്ടു കഴിച്ചു. വിശാൽ ഉറങ്ങിപ്പോയിരുന്നു. കാളവണ്ടിയുടെ മുമ്പിലെ ചെറിയ റാന്തൽ വിളക്കിന്റെ ആടിയുലയുന്ന വെളിച്ചം ഇടയ്ക്കിടെ അവരുടെ വരണ്ട മു ഖങ്ങളിൽ വന്നുവീണു.

ഭുവനയ്ക്ക് ആശ്വാസമാണെന്നു തോന്നി. കുഞ്ഞുങ്ങളുടെ ഓർമ്മ കൾ തങ്ങിനില്ക്കുന്ന വീടിനെയും പരിസരത്തെയും അവളീയിടെ വല്ലാതെ വെറുക്കുന്നുവെന്ന് തോന്നിയിട്ടുണ്ട്. വിശാലിനും മറ്റൊരു ലോകം കിട്ടുമ്പോൾ ഒരുപക്ഷേ, ആശ്വാസം തോന്നുമായിരിക്കും. പക്ഷേ,....

ഏക്നാഥ് നഗരത്തിലെ ജീവിതം സങ്കല്പിക്കാൻ ശ്രമിച്ചു. ജന നിബിഡമായ നഗരത്തിലൂടെ കലപ്പയും കൊഴുവും തോളിൽ വച്ച് ഒരു ജോഡി വെള്ളക്കാളകളെ തെളിച്ചു നടക്കുന്ന ഒരു ഗ്രാമീണനെ അയാൾക്ക് സങ്കല്പിക്കാനേ കഴിഞ്ഞില്ല.

ഇരുപത്തി നാല്

കാലവണ്ടിയുടെ മുകളിൽ ആലിപ്പഴം പൊഴിയുന്നതുപോലെ ചന്നം പിന്നം പുതുമഴ പെയ്യുന്നതായി അനുഭവപ്പെട്ടു. ഗ്രാമാതിർത്തിയിലെങ്ങോ വണ്ടി നിർത്തിയിരിക്കുകയാണ്. ഇനി നേരം വെളുത്തിട്ടേ പോകാനാവൂ. വന്യമൃഗങ്ങളുള്ള ഇടമാണ്. എല്ലാവരും ഉറക്കമായിരിക്കുന്നു.

അയാൾ കൈകൾ പുറത്തേക്കു നീട്ടി. തണുത്ത ഒരു ജലകണം കൈയിൽ വന്നു തൊട്ടതുപോലെ.

ശബ്ദം കേൾപ്പിക്കാതെ ഏകനാഥ് പതിയെ വണ്ടിയിൽ നിന്നിറങ്ങി.

ഗണേഷ്‌വാടിയുടെ നേർക്ക് തിരികെ നടന്നുപോകുമ്പോൾ കലപ്പയിൽ തൊടാനും തഴമ്പുകൾക്കു ബലംകൂട്ടാനും അയാളുടെ പരുക്കൻ വിരലുകൾ ത്രസിക്കുന്നുണ്ടായിരുന്നു.

ആളൊഴിഞ്ഞ ഗ്രാമപാതയിലൂടെ ഏക്‌നാഥ് തനിയെ നടന്നു. അനാഥമായിക്കിടക്കുന്ന അനേകം കുടിലുകൾക്കിടയിൽ തന്റെ വയലിന്റെ തേങ്ങിക്കരച്ചിൽ അയാൾ ദൂരെനിന്നു കേട്ടു.

അയാളുടെ തലമുടിയിലൂടെ വെള്ളത്തുള്ളികൾ ഇറ്റിവീണുകൊണ്ടിരുന്നു. വിയർപ്പിന്റെയും വേനലിന്റെയും ഉപ്പുരസമായിരുന്നു അതിന്നെന്ന് അയാൾക്ക് വേർതിരിച്ചറിയാനായതേയില്ല.

വരണ്ടുവിണ്ട വയലിൽ പുതുമഴ പെയ്യുന്ന മണവും താളവും സംഗീതവും അയാളുടെ ഇന്ദ്രിയങ്ങളിൽ പടർന്നുകയറിക്കൊണ്ടിരുന്നു.

വസ്ത്രങ്ങളുടെ ഭാരം പോലുമില്ലാതെ ഏക്‌നാഥ് വരണ്ടുവിണ്ട വയലിൽ കൈകാലുകൾ നിവർത്തി മലർന്നു കിടന്നു.

പുതുമഴയിൽ ഒരു മൺകട്ടപോലെ അലിഞ്ഞലിഞ്ഞ് ഭൂമിയോടു ചേരുന്നതായി അയാളപ്പോൾ സ്വപ്നം കണ്ടു.

ഋതുമർമ്മരങ്ങൾ

ഒന്ന്

ജൂൺ മഴ, വല്ലാത്തൊരു ആരവത്തോടെയാണ് നഗരത്തിലേക്ക് വരുന്നത്. വെയിൽ തളർത്തിയ നിരത്തുകളിൽ, പൊടിയണിഞ്ഞ ഇല ച്ചാർത്തുകളിൽ, നിനച്ചിരിക്കാത്തൊരു നേരത്ത് ജൂൺ മാസം പെയ്തു തുടങ്ങുന്നു.

മുറിയിലെ മങ്ങിയ വെളിച്ചത്തിൽ കുറച്ചിടകൂടി കിടന്നു. മഴ പെയ്യു കയാണെന്ന് തോന്നുന്നു. സമയമെന്തായിക്കാണും.. അഞ്ച്. അതോ ആറോ.. ജനാല തുറന്നു. മഴ പെയ്യുന്നില്ല. പൊടി പറത്തിക്കൊണ്ട് കാറ്റ് വരുന്നു ണ്ടെന്നു തോന്നി. കാറ്റടങ്ങുമ്പോൾ മിക്കവാറും മഴ പെയ്തു തുടങ്ങും.

നഗരത്തിന്റെ ശീലങ്ങൾ അത്രയ്ക്ക് മന:പാഠമാണ്. ഇരുപത്തിയാറു വർഷങ്ങളിലെ വിട്ടുപിരിയാത്ത സുഹൃത്ത്. ഇപ്പോൾ ഒരു വേനൽ കൂടി അടങ്ങുകയാണ്. ആദ്യ മഴയുടെ ത്രസിപ്പേറ്റുവാങ്ങാൻ തയ്യാറെടുക്കുന്ന നഗരവീഥികൾ. അപരിചിതത്വം മാറാത്ത ചെറുമരങ്ങൾ. പുകയുടെ ഗന്ധ മുള്ള വായു. എന്നിട്ടും നഗരത്തിന്റെ മുഖം പ്രിയപ്പെട്ടതാണ്.

ഇവിടേക്ക് ആദ്യം വന്ന ദിവസം, ആ വൈകുന്നേരം, വെയിൽ, ഒക്കെ ഇപ്പോഴൊന്നു കണ്ണടച്ചാൽ മുമ്പിൽ തെളിയും. വായിച്ചും കേട്ടറിഞ്ഞും പഴകിയ ഈ നഗരത്തിലേക്കെത്തുമ്പോൾ മനസ്സ് മരവിച്ചു പോയിരു ന്നുവല്ലോ. അതും ദൈവനിശ്ചയമായിരുന്നിരിക്കാം.. അണഞ്ഞു പോയ ദീപത്തിന്റെ നഷ്ടശോഭയോടെ, മനസ്സുപോലും നഷ്ടപ്പെട്ട്...

ജനാലയ്ക്കരികിലങ്ങനെ നില്ക്കുമ്പോൾ പ്രിയപ്പെട്ടതെന്തോ ഉള്ളിൽനിന്നും ചോർന്നുപോകുന്നതുപോലെ. ഓഫീസിൽനിന്നും അവ ധിയെടുത്തത് ഇതിനു വേണ്ടിയായിരുന്നോ? ഇവിടെ, ഈ ഫ്ലാറ്റിനകത്ത്

അങ്ങുമിങ്ങും നടന്നും ഓരോന്നോർത്തും, ഇടയ്ക്ക് വെറുതെ മയങ്ങിയും ഒരു ദിവസം നഷ്ടപ്പെടുത്തി. ഒരു ദിവസം - മനുഷ്യനു വരദാനമായിക്കിട്ടിയ വിലപ്പെട്ട മണിക്കൂറുകൾ.. ഉണ്ടും ഉറങ്ങിയും സ്നേഹിച്ചും സ്നേഹിക്കപ്പെടാതെയും കരഞ്ഞും ചിരിച്ചും നഷ്ടപ്പെടുത്തിക്കളയുന്ന അനേകം നിമിഷങ്ങൾ.. അവയെ ഒരിക്കൽ കൂടെ തിരിച്ചു കൊണ്ടുവരാനാവില്ല.

ഇന്ന് - നഷ്ടപ്പെട്ടു പോവുന്ന ഈ ദിവസം. ജൂൺ മാസത്തിലെ ഈ ദിവസം ഇനിയൊരിക്കലും തിരിച്ചു കിട്ടുകയില്ല. ഈ വൈകുന്നേരം, കാറ്റ് ഇവയെയൊന്നും ജീവിതത്തിലേക്കിനി തിരിച്ചു വരില്ല. മനസ്സ് വീണ്ടും മൂടിക്കെട്ടാൻ തുടങ്ങുന്നു.

കുറച്ചു ദിവസത്തേക്ക് അവധിയെഴുതിക്കൊടുത്താണ് ഇന്നലെ ഓഫീസിൽ നിന്നിറങ്ങിയത്. 'പുതിയ കഥകളുടെ പണിപ്പുരയിലാണോ?' എന്ന് സഹപ്രവർത്തകർ ചോദിക്കാതിരുന്നില്ല. വർഷങ്ങളായി ഒപ്പം ജോലി ചെയ്യുന്നവർക്കിപ്പോൾ ആരതിയുടെ ഇരുളുകയും തെളിയുകയും ചെയ്യുന്ന മനസ്സറിയാം.

ഫോൺ ശബ്ദിക്കുന്നു. രഞ്ജിത്താണ്. മോഹന്റെ സുഹൃത്തിന്റെ മകൻ എന്നു പറയാനാവില്ല. മഹേഷിനെക്കാളും അടുപ്പം കാണിക്കുന്നത് അവനാണ്.

"ആന്റിയുടെ വ്യവസ്ഥകൾ ഒക്കെ സമ്മതിച്ച് ഒരു പാർട്ടി എത്തിയിട്ടുണ്ട്." ദൂരെ, മനാലിയിലെ കുന്നുകളിൽ നിന്ന് അവന്റെ ശബ്ദം.

മോഹന്റെ സ്വപ്നം - കുഞ്ഞുങ്ങൾ - ഓടിക്കളിക്കാനൊരു മുറ്റം - മുന്തിരി വള്ളികൾ...

ട്രസ്റ്റ് - എഗ്രിമെന്റ് പിന്നെയുമെന്തൊക്കെയോ...

"ആന്റി എന്താ ഒന്നും പറയാത്തത്?" രഞ്ജിത്ത് വീണ്ടും ചോദിക്കുന്നു.

"ആന്റി ഉടനെ വരണമെന്നില്ല. ഇവിടെ ഞാനുണ്ടല്ലോ..."

ഫോൺ വെച്ച് സെറ്റിയിലേക്കിരിക്കുമ്പോൾ ചെറുതായി കിതയ്ക്കുന്നതുപോലെ. വിവാഹം കഴിഞ്ഞതിന്റെ മൂന്നാം ദിവസം ഈ നഗരത്തിലേക്കു വരുമ്പോൾ വല്ലാതെ മൗനിയും അസ്വസ്ഥയുമായിരുന്നു. നഗരം തന്നെ വീർപ്പുമുട്ടിക്കുന്നു എന്നു തോന്നിയിട്ടാവണം, രണ്ടാം ദിവസം മോഹൻ മലഞ്ചെരുവുകളിലേക്ക് യാത്ര തിരിച്ചത്. അതുമൊരു മഴക്കാലമായിരുന്നു. പച്ചപ്പു നിറഞ്ഞ കുന്നുകൾ. ഇപ്പോഴും കണ്ണടച്ചാൽ കാണാം. മലങ്കാറ്റു ചീറിയടിക്കുന്നതും മരച്ചില്ലകൾ പൊട്ടി വീഴുന്നതും.

"ഈ സ്ഥലം ഇഷ്ടപ്പെട്ടോ ആരതിക്ക്...?" മുന്തിരിവള്ളികൾ പടർന്ന മുറ്റത്തേക്കിറങ്ങുമ്പോൾ മോഹൻ ചോദിച്ചു. ഒന്നും പറയാതെ വെറുതെ ചിരിച്ചു.

"പണ്ടൊക്കെ ഈ വഴി വരുമ്പോഴുണ്ടായിരുന്ന മോഹമായിരുന്നു, ഇവിടെ ഇങ്ങനെയൊരു വീട്.. ഭാഗ്യമോ നിർഭാഗ്യമോ എന്നറിയില്ല, ആ ഗ്രഹം സാധിക്കാൻ ഒരുപാടൊന്നും കാത്തിരിക്കേണ്ടി വന്നില്ല..."

നടപ്പാതയിലൂടെ ഒരു കാളവണ്ടി വരുന്നുണ്ടായിരുന്നു. കറുപ്പും

വെളുപ്പുമായ, കുടമണി കെട്ടിയ കാളകൾ.

കറുപ്പും വെളുപ്പും...

ചെകുത്താനും മാലാഖയും...

"ആരതിക്ക് മടുത്തോ എന്റെ കഥ പറച്ചിൽ...?" ഞെട്ടി മുഖമുയർത്തി കണ്ണുകൾ പരസ്പരമുടക്കിയപ്പോൾ മുഖം കുനിച്ചു. ആവശ്യമില്ലാത്തി ടത്തേക്കാണ് മനസ്സ് പാഞ്ഞുപോകുന്നത്. കാളവണ്ടിയുടെ മണിയൊച്ച പിന്നിലായി. മോഹൻ ഒരുനിമിഷം അവളെത്തന്നെ നോക്കി നിന്നു.

"നാട്ടിൻപുറത്തൊരു പഴയ തറവാട്ടു വീട്, മുറ്റം നിറയെ കണ്ണിമാ ങ്ങകൾ.. കുഞ്ഞുങ്ങൾ.. മുത്തശ്ശിയുടെ ശകാരം..."

നേർത്തു പോയിരുന്നു മോഹന്റെ ശബ്ദം. "അതിന്റെയൊന്നും ഭംഗി എന്റെയീ സ്വപ്നത്തിന് ഒരിക്കലും ഉണ്ടാവുകയില്ല. അല്ലേ ആരതീ..."

മോഹനെപ്പോലെ സെൻസിറ്റീവായ ഒരു പുരുഷനെ ജീവിതത്തി ലൊരിക്കലും കണ്ടുമുട്ടിയിട്ടില്ല. സ്നേഹമുള്ളവരെ, സ്വാർത്ഥരെ, ഭീരു ക്കളെ, ധീരന്മാരെ ഒക്കെ പലയിടത്തായി കണ്ടുമുട്ടിയിട്ടുണ്ട്. മോഹൻ പക്ഷേ, അവരെപ്പോലെയൊന്നുമായിരുന്നില്ല. തിരിച്ചറിയാൻ കാലം ഒരു പാടു വേണ്ടിവന്നു എന്നു മാത്രം. അതിന്റെ വേദന ജീവിതാന്ത്യം വരെ കൊണ്ടു നടക്കുന്നുമുണ്ട്. മോഹൻ വന്നുചേരേണ്ടത് തന്നെപ്പോലൊരു മരുഭൂമിയിലേക്കായിരുന്നില്ല. നനവും പശിമയുമുള്ളൊരിടത്തേക്കായി രുന്നു.

മലഞ്ചെരുവുകളിൽ മറ്റൊരു വേനൽക്കാലത്തിന്റെ അവസാനമായി രിക്കും ഇപ്പോൾ. കുന്നിൻ ചെരുവുകൾക്ക് വേവുന്ന മണ്ണിന്റെ മണമു ണ്ടാവും. പുകയുന്ന താഴ്വരകളുടെ ഗന്ധം. കുന്നിൻ പുറങ്ങളിൽ കാറ്റ ടിക്കുമ്പോൾ മാമ്പഴങ്ങൾ വീഴുന്നുണ്ടാവും. ചുറ്റുവട്ടത്തെ കുട്ടികൾ പിറ കിൽ കെട്ടിവെച്ച കുട്ടയിൽ മാങ്ങ പെറുക്കിക്കൊണ്ട് അലയുന്നുണ്ടാവും. എല്ലാ വീടുകളിൽനിന്നും ശർക്കര ചേർത്ത പച്ചമാങ്ങ ചട്ണിയുടെ കടുകുഗന്ധം പുറത്തേക്കു വരുന്നുണ്ടാവും.

കുറച്ചിട കഴിഞ്ഞാൽ വെയിൽ മങ്ങി താഴ്വര കാണാതെയാവും. നക്ഷത്രങ്ങൾ വാരി വിതറിയപോലെ അവിടവിടെ തെരുവുവിളക്കുകൾ പ്രകാശിക്കും. ഇനിയും വരാത്ത യാത്രക്കാരെയും കാത്ത് ഉറങ്ങാതെ...

രണ്ട്

മുന്തിരിവള്ളികൾ ഇപ്പോഴും ബാക്കി നില്ക്കുന്നു. മുൻവശത്തെ വാ തിൽ തുറക്കുമ്പോൾ അതാണാദ്യം ശ്രദ്ധിച്ചത്. അടച്ചിട്ട മുറികൾക്ക് ജീർണ്ണതയുടെ ഗന്ധം. തളർച്ച തോന്നി പെട്ടെന്ന്.. ഈയിടെയായി മനസ്സ് വല്ലാതെ ദുർബ്ബലമാവുന്നു.

പുറത്ത് ചാറ്റൽമഴ വീഴുന്നത് കാണാം. ഈ മലഞ്ചെരുവിൽ എന്നും ചാറ്റൽ മഴയാണെന്ന് തോന്നാറുണ്ട്.. രാത്രിവണ്ടിക്ക് ഇവിടേക്ക് യാത്ര തിരിക്കുമ്പോൾ പെട്ടെന്ന് ഓരോന്ന് തീരുമാനിക്കുന്ന മനസ്സിനെക്കുറി

ച്ചോർത്ത് വിസ്മയിക്കുകയായിരുന്നു. നനഞ്ഞുതിളങ്ങുന്ന ഇലച്ചാർത്തു കൾ ചെറുകാറ്റിൽ ഇളകുന്നതു കാണാം. മലഞ്ചെരുവുകൾക്കിടയിലെ ചെറുനഗരം ഇപ്പോൾ വളർന്നിരിക്കുന്നു.

ജനാലകൾ തുറന്നിടുമ്പോൾ ഒരു വാടകമുറിയിലെ താമസക്കാരി യാണ് താനെന്ന് വെറുതെ തോന്നി. ചുവന്ന തറയോട് പാകിയ തറ യ്ക്ക് ഇപ്പോഴും വല്ലാത്ത മിനുപ്പും കുളിർമ്മയുമാണ്!..

ഒടുവിൽ - പഴമയുടെ ഗന്ധം നിറഞ്ഞു നില്ക്കുന്ന ഈ ബംഗ്ലാവും ഋതുഭേദങ്ങൾക്കനുസരിച്ചു നിറം മാറുന്ന കുന്നിൻചെരിവുകളും അന്യ മാവുകയാണ്. വേനലിലെ പൊങ്ങിപ്പാറുന്ന അപ്പൂപ്പൻ താടികളെപ്പോ ലെ ദൂരേക്ക്...

വേദന തോന്നുന്നുണ്ടോ –?

ജീവിതത്തിൽനിന്ന് പ്രിയപ്പെട്ടതെല്ലാം കൈയൊഴിഞ്ഞ് കളയു മ്പോൾ വേദനയല്ല, നിർവ്വികാരതയായിരുന്നു മനസ്സിൽ.

ഇപ്പോഴും ഉത്തരം പ്രതീക്ഷിക്കുന്നില്ലല്ലോ...

ഈ മുറികളിൽ, കല്ലു പാകിയ മുറ്റത്തെ മുന്തിരിപ്പടർപ്പുകളിൽ ഒക്കെ മോഹന്റെ ആഗ്രഹം പോലെ നിറയെ കുഞ്ഞുങ്ങൾ ഓടിക്കളിക്കും. മോഹനെപ്പോലെ ആരോരുമില്ലാത്ത കുഞ്ഞുങ്ങൾ...

മഴയുടെ ഗന്ധമുള്ള ഒരു കാറ്റ് മുടിയിഴകളെ ഉലച്ചുകൊണ്ട് കടന്നു പോയി.

ദൂരെ, നനഞ്ഞ പച്ചക്കുന്നുകൾക്ക് മുകളിലൂടെ മഞ്ഞുപടലങ്ങൾ പോലെ മോഹന്റെ ആത്മാവ് പാറി നടക്കുന്നുണ്ടാവും.

'എനിക്ക് – എനിക്ക് മാപ്പു തരിക...' ദീപമാലകൾ തെളിയുന്ന താഴ്വ രയിലേക്കു നോക്കി നിശ്ശബ്ദം പ്രാർത്ഥിച്ചു.

എപ്പോഴും മഴപെയ്യുന്ന ഇലച്ചാർത്തുകൾ. കോട വീഴുന്ന മലഞ്ചെ രിവുകൾ. നീളുന്ന കറുത്ത പാതകളിലെ ചാറ്റൽ മഴയുടെ നനവ്. ഒക്കെ വല്ലാത്തൊരു വീർപ്പുമുട്ടലാവുകയാണെനിക്ക്.

ഇനിയുള്ള മഴക്കാലം മലഞ്ചെരുവുകൾക്ക് കടം കൊടുക്കുകയാണ്.

മുറിയിലെ മങ്ങിയ വെളിച്ചത്തിൽ ഒറ്റയ്ക്കിരിക്കുമ്പോൾ ഒന്നുറക്കെ കരയാൻ കഴിഞ്ഞെങ്കിലെന്നു വ്യാമോഹിച്ചു.

ദൂരെയൊരു കടലിന്റെ ആഴപ്പച്ചയിലേക്ക് താഴ്ന്നുപോവുമ്പോൾ, തകർന്ന കപ്പലിന്റെയുള്ളിലെ ഇരുട്ടിൽ വീർപ്പുമുട്ടിപ്പിടയുമ്പോൾ എന്താവും മോഹൻ ഓർത്തിട്ടുണ്ടാവുക...

മൂന്ന്

രാത്രി മുഴുവൻ മഴ പെയ്തുകൊണ്ടേയിരുന്നു. ജനാലയിലൂടെ വെളിച്ചം വരും മുമ്പേ ഉണർന്നു. കുട്ടിയായിരിക്കുമ്പോൾ വൈകിയുണ രുന്നതായിരുന്നു പതിവ്. മനസ്സിൽ അലട്ടലുകളും നോവുമില്ലാതെ സ്വസ്ഥ മായി ഉറങ്ങിയിരുന്നൊരു കാലമുണ്ടായിരുന്നുവെന്ന ഓർമ്മ പോലും

ഇപ്പോൾ അത്ഭുതപ്പെടുത്തുന്നു. ഓർക്കാൻ നല്ലതായി അതൊക്കെയേ ഉള്ളു. പക്ഷേ, ഒന്നും ഓർക്കാറില്ല. വേദനിപ്പിക്കുകയാണ് എല്ലാ ഓർമ്മകളും.

മുന്തിരിവള്ളികൾ പടർന്നു കയറിയ മുറ്റത്ത് ഒരുപാട് ഇലകൾ വീണുകിടക്കുന്നു. കോട മൂടിയ താഴ്‌വര ഒരു ചിത്രം പോലെ. ലില്ലിപ്പൂക്കളുടെ പടർപ്പിനിടയിൽ ഒരു പൂമ്പാറ്റ കുരുങ്ങിക്കിടക്കുന്നുണ്ട്. ലോലമായ മഞ്ഞച്ചിറകുകൾ കീറിപ്പോയിരിക്കുന്നു. പഴയൊരു സ്വപ്നത്തിന്റെ ശേഷിപ്പുകൾ പോലെ മഴ നനഞ്ഞ മഞ്ഞച്ചിറകുകൾ.

വേദനിപ്പിക്കുന്ന ഓർമ്മകളുടെ ബിംബങ്ങൾ മാത്രമേ ഇവിടെയുള്ളു. സ്വപ്നങ്ങൾക്കു ശവകുടീരം പണിയുന്ന വേനലറുതിയുടെ ദിനങ്ങൾ. ഓർമ്മകളിൽനിന്ന് ഒരിക്കലും രക്ഷപ്പെടാനാവില്ല എന്നറിഞ്ഞു കൊണ്ടു തന്നെയാണല്ലോ ഇവിടേക്ക് യാത്ര തിരിച്ചത്. ഒരോർമ്മയും ഹൃദയത്തിൽ നിന്ന് അകന്നു പോവുന്നില്ല. ഓർമ്മകൾക്കു മേൽ ഓർമ്മകൾ വന്നു മൂടുമ്പോൾ ചിലതു മങ്ങുന്നുവെന്നു മാത്രം. നല്ല ഓർമ്മകളൊക്കെയും നഷ്ടപ്പെടലിന്റെ വേദനയോടെ ഓർക്കുന്നു. അത്രമാത്രം.

ഇപ്പോൾ എല്ലാ ഓർമ്മകളും വേദനകൾ മാത്രമാണ്. നിലയ്ക്കാത്ത വേദന മാത്രം...

പ്രിയപ്പെട്ടതൊക്കെയും കൈകളിൽനിന്നു ചോർത്തിയെടുത്ത് വിധി പരിഹസിച്ചു തുടങ്ങിയ ദിവസങ്ങൾ മുതൽ എല്ലാ ഓർമ്മകളും വേദന കൾ മാത്രമായിത്തീർന്നു.

ഇപ്പോഴും ഓർക്കുന്നു, കോളേജിൽ രണ്ടാം വർഷപ്പരീക്ഷകൾ തുട ങ്ങുന്നതിനു മുന്നോടിയായുള്ള വേനല്ക്കാലം. അന്നു മുതല്ക്കാണ് ജീവിതം മാറിമറിഞ്ഞു പോയത്. ആ വേനലിനു മുമ്പുള്ള ആരതി ഈ ലോകത്തുനിന്നും നഷ്ടപ്പെട്ടു പോയിരിക്കുന്നു. അവളുടെ സന്തോഷവും സമാധാനവും പൊട്ടിച്ചിരികളും പിന്നീടീ നിമിഷംവരെ തിരിച്ചു കിട്ടിയിട്ടില്ല. ഉള്ളിലെ നന്മകൾ പിന്നീടൊരിക്കലും തിരിച്ചു വന്നിട്ടില്ല. ധിക്കാരിയും അഹങ്കാരിയും ശപിക്കപ്പെട്ടവളുമായി ആരതിയുടെ പുനർജന്മം.

ആർക്കുമാർക്കും താല്പര്യമില്ലാത്ത ഒരു വിവാഹത്തിലേക്ക് ജീവി തമെന്തെന്നറിയാത്തവളെ തള്ളിവിടാൻ അച്ഛനുമമ്മയും മറ്റുള്ളവരും കാണിച്ച അത്യുത്സാഹം! അതുവരെ പടുത്തുയർത്തിയ പ്രതീക്ഷകൾ, സ്വപ്നങ്ങൾ, മോഹങ്ങൾ, വിശ്വാസങ്ങൾ ഒക്കെ തകർന്നു വീഴുന്നത് കണ്ടുനില്ക്കുമ്പോൾ നെഞ്ചിൽ ഒരഗ്നി എരിഞ്ഞു തുടങ്ങി. ഇന്ന്, ഈ നിമിഷംവരെ ഒരു സ്വാസ്ഥ്യവും തരാതെ നെഞ്ചു നീറ്റിക്കൊണ്ടിരിക്കുന്ന ഒരഗ്നികുണ്ഡം. ജീവിതം ആ വേനലിൽ തളംകെട്ടി നിന്നു. ഒഴുകാതെ, വളരാതെ, തളിർക്കുകയും പൂക്കുകയും ചെയ്യാതെ വെറുതെ എരിഞ്ഞ ടങ്ങാൻ വേണ്ടി മാത്രം.

സ്വപ്നങ്ങളിൽ മയിൽപ്പീലിക്കണ്ണുകൾ കാത്തിരുന്നൊരു കാലമു ണ്ടായിരുന്നു ഒരിക്കൽ. പഠിച്ചു സ്വന്തം കാലിൽ നില്ക്കണം എന്നൊരാ ഗ്രഹം വലിയ തെറ്റായിരുന്നു എന്ന് ജീവനെപ്പോലെ സ്നേഹിച്ചവർ എല്ലാം കുറ്റപ്പെടുത്തുന്നു. സ്വപ്നം കാണാൻപോലും അർഹതയില്ല

ആവരാണ് പെൺകുട്ടികളെന്ന് സദാസമയവും കുറ്റപ്പെടുത്തലുകൾ. എല്ലാവരും പറയുന്നത് എല്ലാവരെപ്പോലെയുമാവണമെന്നു മാത്രം.

ഒരിക്കൽ ആ സ്വപ്നങ്ങളിലേക്ക് ഇടം ചോദിച്ചു വന്ന ആനന്ദിനെ പ്പോലും നിരാശപ്പെത്തിയതെന്തിനായിരുന്നു.

പിന്നെ ഒരുപാട് ചിന്തിച്ചിട്ടുണ്ട്. പ്രണയമെന്തെന്ന് അറിയാതിരുന്നതു കൊണ്ട് ആ മനസ്സ് വിങ്ങുന്നത് അറിയാനാവാതെ പോയി.

ആകുലതകളുടേതു മാത്രമായ വേനലവധിക്കാലം. മനസ്സ് എവിടെ യൊക്കെയോ അലഞ്ഞു, തൃപ്തിവരാതെ ചോദ്യങ്ങളിലേക്കു തന്നെ തിരിച്ചു വന്നു. ഉറക്കം തീരെയില്ലാതായി. നിർദ്ദയമായ പരിഹാസങ്ങൾ എല്ലാ ദി വസങ്ങളെയും നെഞ്ചിനകത്തിട്ടു നീറ്റി. സ്വയം സമാധാനിക്കാൻ ശ്രമിക്കും.

ഇവയെല്ലാം ശാപങ്ങളാണ്. തിരിച്ചറിവില്ലാത്ത പ്രായത്തിൽ തുമ്പി കളെക്കൊണ്ടു കല്ലെടുപ്പിച്ചതിന്റെ, ഉറുമ്പുകളെ ഉപദ്രവിച്ചതിന്റെ, പിന്നെ..ആനന്ദിനെ മുറിപ്പെടുത്തിയതിന്റെ...

വേനലുകൾ പിന്നീട് ജീവിതത്തിലേക്ക് പടർന്നു. ഒരുപാട് പൊരുതി ജയിച്ച് പുതിയ ക്ലാസിലെത്തുമ്പോൾ കളിതമാശകൾ അന്യമായിരുന്നു. ചലിക്കുന്ന ഒരു പാവ. തന്നിലേക്ക് തന്നെ ഒതുങ്ങിക്കൂടാൻ പഠിച്ചു.

'ആരതി പഴയ ആളേയല്ല' എന്ന് പരിഭവിക്കുന്ന സുഹൃത്തുക്കളുടെ ഓർമ്മകളിൽ വല്ലാതെ പൊട്ടിച്ചിരിക്കുന്ന, ചിരിയുടെ അവസാനം കണ്ണു നിറയുന്ന ആരതിയുടെ സാന്നിദ്ധ്യം ബാക്കിയായി. അവൾ ഇനിയൊരി ക്കലും മടങ്ങി വരില്ല.

മഴ, വിഷാദത്തിന്റെ പര്യായം എന്നു തോന്നിയ ദിനങ്ങളുടെ ആവർ ത്തനങ്ങൾ. പച്ചപ്പു നിറഞ്ഞ കാമ്പസിൽ ഇടകലർന്നു നീങ്ങുന്ന വർ ണ്ണക്കുത്തുകൾ. നീണ്ട ഇടനാഴികളിൽ നിമിഷസൗഹൃദങ്ങളുടെ ഊഷ്മളത, നിശ്ശബ്ദ പ്രണയങ്ങളുടെ ഉൾത്തുടിപ്പ്...

'ആരതി ഈയിടെ ക്ലാസിൽ തീരെ ശ്രദ്ധിക്കുന്നില്ല. കഴിഞ്ഞ വർഷം നല്ല പ്രകടനമായിരുന്നല്ലോ.' അദ്ധ്യാപകർ ചോദിക്കാതിരുന്നില്ല. എന്തൊക്കെയോ പറയണമെന്നു തോന്നി. പറഞ്ഞില്ല. എല്ലാവരുടെയും കണ്ണിൽ അഹങ്കാരിയാണല്ലോ ഇപ്പോൾ.

വാക്കുകൾ തൊണ്ടയിൽ കുരുങ്ങി. പുസ്തകങ്ങൾ തുറന്നു നോക്കി യിട്ട് ദിവസങ്ങളായിരിക്കുന്നു. അച്ഛന്റെ കുറ്റപ്പെടുത്തുന്ന കണ്ണുകളിൽ ചിലപ്പോൾ കാണുന്ന നിസ്സഹായത – നെഞ്ചിലെന്തോ ഭാരം കയറ്റിവെ ച്ചതുപോലെയാണ് എപ്പോഴും. ഉറക്കം മുറിഞ്ഞു പോവുന്ന രാത്രികളെ ത്തുടർന്നു വരുന്ന ഉൻമേഷരഹിതമായ പകലുകൾ.

'പഠിക്യാണെന്നു പറഞ്ഞ് ഇവിടുള്ളോരെ തീ തീറ്റിക്യാ? എന്തു പഠിത്താണിപ്പോ... '

ബന്ധുവായ അദ്ധ്യാപകൻ പറഞ്ഞുകാണും ആരതി ഒന്നും പഠി ക്കുന്നില്ലെന്ന്.

'ആരതിയെ വീട്ടുകാർക്ക് ഇത്ര വിശ്വാസമില്ലേ?' കളിയാക്കുന്ന സഹ പാഠികൾ. മനസ്സിലാരെങ്കിലും ഒളിച്ചിരിക്കുന്നുണ്ടോ എന്നറിയാൻ വേണ്ടി

വീട്ടുകാർ നടത്തിയ രഹസ്യാന്വേഷണത്തിന്റെ ബാക്കിയായി അതും...

കടന്നുപോവുന്ന പഠനാവധിയുടെ ദിനങ്ങൾ. ഒപ്പം ചേർന്നുപോ വുന്ന ആത്മവിശ്വാസവും പ്രതീക്ഷകളും...

എല്ലാവർക്കും മനസ്സിലൊരുപിടി പദ്ധതികളുണ്ടാവും. മറ്റുള്ളവരെ ക്കൂടി അതിലേക്ക് വലിച്ചടുപ്പിക്കുമ്പോൾ അവർക്കുമുണ്ടൊരു മനസ്സ് എന്നാരും ചിന്തിക്കാതിരുന്നതെന്തേ?

കൊച്ചു കൊച്ചു മോഹങ്ങൾ. ആർക്കും ശല്യമാവാത്ത, ബാദ്ധ്യത യാവാത്ത ഒരു സ്വപ്നം..തരാൻ കഴിയുന്നതിലുപരിയൊന്നും ആരോടും ആവശ്യപ്പെട്ടിട്ടില്ലല്ലോ.

ഉൾക്കടലിൽ വേലിയേറ്റങ്ങൾ സൃഷ്ടിച്ചുകൊണ്ട് പിന്നെ ഓരോ വിവാഹാലോചനയും കോളിളക്കങ്ങളായി ജീവിതത്തെ മഥിച്ചു. മുഴു വൻ സ്വപ്നങ്ങളും ബലിയർപ്പിച്ച് ആരെ വഞ്ചിച്ചുകൊണ്ടാണ് ഒരു ജീവിതം മുഴുവൻ അഭിനയിച്ചു തീർക്കേണ്ടത്...

എരിയുന്ന ജീവിതം പിന്നെ പച്ചപ്പു കണ്ടിടത്തേക്കെല്ലാം ആർത്തി യോടെ ഓടിയണഞ്ഞു.

മഴക്കാലത്തിന്റെ ഓർമ്മകൾക്ക് തെളിച്ചമുണ്ടെന്ന് ആദ്യമായി തോന്നിച്ച ചില ദിനങ്ങൾ. ക്ലാസ്മുറിയിലെ അപരിചിതത്വത്തിനു നടു വിൽ മഴപെയ്യുന്ന നേർത്ത ശബ്ദം. ജനലിലൂടെ നോക്കിയാൽ നിറയെ പൂത്തുനില്ക്കുന്ന വാകമരങ്ങൾ. ജൂൺ മഴയേക്കാളുമുച്ചത്തിൽ പൊട്ടി ച്ചിരിക്കുന്ന ആൺകുട്ടികളും പെൺകുട്ടികളും. മേശമേൽ മുഖമണച്ചു കിടക്കുമ്പോൾ നഷ്ടബോധത്തിന്റെ നീറ്റൽ...

'ആരതി മാത്രമെന്താണിങ്ങനെ?.. ആരോടും കൂട്ടില്ലാതെ...'

'എന്റെ കുറ്റമാണോ അത്...'

'അതേ ആരതി.. നീയാദ്യം മറ്റു പെൺകുട്ടികളെപ്പോലെയാവാൻ നോക്ക്.. സംസാരിക്കണം, തമാശ പറയണം, പൊട്ടിച്ചിരിക്കണം...'

ഇല്ല സുഹൃത്തേ.. മറ്റുള്ളവരെപ്പോലെയല്ലല്ലോ എന്റെ ലോകം. പുറ മേക്ക് ശാന്തമെന്ന് തോന്നിക്കുന്ന ഒരിരുണ്ട കടലാണിത്. എവിടെ, എന്തൊക്കെ കാണുമെന്ന് ആർക്കും പ്രവചിക്കാനാവാത്ത, വല്ലാതെ കലങ്ങി മറിയുന്നൊരു കടൽ. അതിന്റെ ഇരുട്ടും പായൽപച്ചയും വേദനിപ്പിക്കു ന്ന തണുപ്പും ആർക്കുമറിയില്ല. വ്യാമോഹിപ്പിച്ചു കടന്നുപോകുന്ന വസ ന്തങ്ങളുടെ ഓർമ്മകൾപോലും നടുക്കുന്ന ദു:സ്വപ്നങ്ങളാണിപ്പോൾ...

എനിക്കിനിയെങ്ങനെ പൊട്ടിച്ചിരിക്കാൻ കഴിയും...

ഒന്നു മയങ്ങാൻ ശ്രമിച്ചുകൊണ്ട് തണുത്ത കിടക്കയിൽ കണ്ണടച്ചു കിടന്നു. കണ്ണടയുമ്പോൾ ഇരുട്ടിൽ ഒരായിരം വർണ്ണക്കുത്തുകൾ...

തിരശ്ശീലകൾ താഴ്ത്തിയിട്ട മുറിയിൽ ഉറങ്ങാനാവാതെ വെറുതെ കിടക്കുന്നതാണ് വല്ലാത്ത വീർപ്പുമുട്ടൽ.

ബാഗ് തുറന്ന് രണ്ടുമൂന്നെഴുത്തുകൾ പുറത്തെടുത്തു. കഴിഞ്ഞ ദിവസം യാത്ര തിരിക്കുന്നതിനുമുമ്പ് ലെറ്റർ ബോക്സിൽ നിന്നെടുത്തി ട്ടതാണ്. ഓർമ്മ വന്നതിപ്പോഴാണ്.

അലീനയുടെ എഴുത്താണെന്ന്. പതിവുപോലെ ഒരുപാടെഴുതിയി ട്ടുണ്ട്. എറണാകുളത്ത് ഒരു ഹോസ്റ്റൽ മുറിയിലിരുന്ന് തന്നെ ഓർമ്മി ക്കുന്ന, എപ്പോഴും തനിക്കുവേണ്ടി പ്രാർത്ഥിക്കുന്ന അലീനയെന്ന പെൺ കുട്ടിയെ എന്നെങ്കിലുമൊരിക്കൽ കാണുമോ?

"ചേച്ചിയെഴുതുന്ന ഓരോ വാക്കും വല്ലാത്തൊരാശ്വാസമാണെ നിക്ക്..."

"എങ്ങനെയതു മനസ്സിലാക്കിത്തരണം എന്നറിയില്ല ചേച്ചീ..."

മനസ്സിൽ തികട്ടി വന്നതൊക്കെയോ കടലാസിലേക്കു പകർ ത്തിയിടുമ്പോൾ അത് മറ്റാർക്കും ആശ്വാസമാവുമെന്ന് കരുതിയതേയില്ല. ഒരാളുടെ നോവിന്റെ വിങ്ങൽ മറ്റൊരാളെ ആശ്വസിപ്പിക്കുക!

ശരിയാക്കാൻ പറ്റാത്തത്രയ്ക്ക് തകർന്നുപോയി ജീവിതം എന്നു തോന്നിയ ചില ദിവസങ്ങളിൽ ഹൃദയം ആർത്തിരമ്പിയതൊക്കെയോ കടലാസിലേക്കു പകർന്നിട്ടു. ചിലത് അച്ചടിമഷി പുരണ്ടു. കുറേപ്പേരുടെ പ്രശംസ പിടിച്ചു പറ്റി. പ്രതീക്ഷിക്കാത്തതൊക്കെയോ തേടിയെത്തു മ്പോൾ വരണ്ടുണങ്ങിയ ജീവിതത്തിന് നേരിയ പച്ചപ്പുണ്ടെന്നു തോന്നി.

കുറച്ചെങ്കിലും ആശ്വാസം ലഭിക്കണമെങ്കിൽ എഴുതിക്കൊണ്ടിരി ക്കണമെന്നറിഞ്ഞു. ജീവിക്കുന്നുവെന്ന് ഓർമ്മിപ്പിക്കാൻ ഇപ്പോൾ ഇതൊ ക്കെയെ ഉള്ളൂ.

ദൂരെ ദൂരെ നിന്നു വരുന്ന ചില കുറിമാനങ്ങൾ. വസന്തം പൂത്തുല ഞ്ഞതുപോലെ ഒരാശംസാകാർഡ്..ആരതീ – ഞങ്ങളുണ്ട് നിന്റെ കൂടെ എന്നൊരാശ്വാസംപോലെ ഇടയ്ക്ക് ഹൃദയത്തിലാരോ തൊട്ടുണർ ത്തുന്നു. ജീവിക്കാനുള്ള ആഗ്രഹം കുറച്ചെങ്കിലും ബാക്കി നിർത്തിയത് ഇതൊക്കെയായിരുന്നില്ലേ...

എഴുത്തിലേക്ക് തിരിഞ്ഞതിനുശേഷം മനസ്സ് കുറച്ച് ശാന്തമായി. പകയും വേദനയുമില്ല. സ്നേഹവും വെറുപ്പുമില്ല. ഒന്നും പ്രതീക്ഷിക്കാ നില്ലാതിരുന്നിട്ടും ജീവിതത്തെ സ്നേഹിക്കണമെന്ന തോന്നൽ. മുറിവു കൾ പുറമേക്ക് ഉണങ്ങിയിരുന്നുവെങ്കിലും ആഴങ്ങളിൽ വേദന തിരയട ങ്ങിക്കിടന്നു. ജീവിതത്തെ സ്നേഹിക്കുന്നതോടൊപ്പം വഴിത്തിരിവുകളെ മുമ്പത്തെക്കാൾ ഭയന്നുതുടങ്ങി. മനസ്സിനെ പാകപ്പെടുത്തിയെടുക്കാൻ ശ്രമിക്കുമ്പോഴേക്ക് ധൈര്യം ചോർന്നു പോകുന്നു. കൗമാരത്തിന്റെ മുറി വുകൾക്ക് ഇത്രയധികം ആഴമുണ്ടെന്ന് തിരിച്ചറിയുകയായിരുന്നു. നിസ്സ ഹായതയുടെ നിശ്ശബ്ദതയോടെ അച്ഛനൊരുനാൾ ഭൂമി വിട്ടുപോയി. വിശാ ലമായ ഭൂമിയുടെ ശൂന്യതയിൽ വിഹ്വലതകളോടെ, നിറഞ്ഞ കണ്ണുക ളോടെ വിറങ്ങലിച്ചു നിന്നു.

നിരാശയുടെ ദിനരാത്രങ്ങൾ. മാസങ്ങൾ.

ജീവിക്കണമെന്ന ആഗ്രഹം ഇല്ലാതായി. ഗൃഹാന്തരീക്ഷം മൂകവും ഇരുളടഞ്ഞതുമായി. എല്ലാ മനസ്സുകളിൽനിന്നും വെളിച്ചം അസ്തമിച്ചു പോയി.

അഞ്ച്

പാതയോരത്ത് ആരാലും ശ്രദ്ധിക്കപ്പെടാതെ നിന്നിരുന്ന പാഴ്മരം വീണുപോകുമ്പോഴാണ് അത് എന്തുമാത്രം തണൽ പകർന്നു തന്നിരുന്നുവെന്നറിയുക.

മനസ്സ് എന്നെന്നേക്കുമായി മരവിച്ചു പോയി.

ദിവസങ്ങൾ - മാസങ്ങൾ - വർഷങ്ങൾ...

ഒടുവിൽ, എല്ലാറ്റിനുമൊടുവിലൊരു നാൾ മോഹൻ ജീവിതത്തിലേക്കു കയറി വന്നു.

സ്നേഹിക്കാനും സ്നേഹിക്കപ്പെടാനും കൊതിച്ച് നടന്നിരുന്ന, ആരോരുമില്ലാത്ത ഒരു ചെറുപ്പക്കാരൻ.

ആദ്യമായും അവസാനമായും അയാളുടെ ജീവിതത്തിൽ കോറിയിട്ട പേര് ആരതിയുടേതു മാത്രമാണ്.

വേദനയോടെ ഓർത്തു.

വനലതയു കലർന്ന വെളുപ്പുനിറമുള്ള ആ ഫ്ളാറ്റിലേക്ക് ആദ്യം വന്ന ദിവസം. തന്റെ മൗനവും അസ്വസ്ഥതയും കണ്ട് ഇങ്ങോട്ടു കൂട്ടിക്കൊണ്ടു വന്ന ദിവസം. പിന്നെ മോഹനുമൊത്തുള്ള ജീവിതത്തിൽ നഷ്ടപ്പെടുത്തിക്കളഞ്ഞ എല്ലാ നല്ല ദിവസങ്ങളും. മനസ്സ്, പഴയ ശവകുടീരമാവാതിരിക്കാൻ ശ്രമിച്ചിട്ടും പരാജയമായിരുന്നു. കണ്ണുകൾക്കു മുമ്പിൽ തെളിയുന്ന ചിത്രങ്ങൾക്ക് പുതുമയുണ്ട്. പക്ഷേ, ഒന്നുമൊന്നും കാണാനും ആസ്വദിക്കാനുമുള്ള മന:സ്ഥിതി ഇല്ലാതാവുകയായിരുന്നു.

മനസ്സിൽ മഴക്കാലത്തിന്റെ ശേഷിപ്പുകൾ.

മോഹൻ അരികെയുള്ളപ്പോഴാണ് അസ്വസ്ഥത കൂടുന്നത്. നേരിൽ കാണുമ്പോൾ മനസ്സ് പിടയ്ക്കാൻ തുടങ്ങും. അയാളെ സ്നേഹിക്കണമെന്ന് ഒരുപാടു തവണ ആഗ്രഹിച്ചിട്ടുണ്ട്. പക്ഷേ, കഴിയുന്നില്ല ഒന്നിനും.

വല്ലാത്തൊരു തരം കുറ്റബോധം. എന്തിന് - എന്തിന് നിന്റെ വിഹ്വലതകളിൽ മറ്റൊരാളെക്കൂടി പങ്ക് ചേർത്തു?...

"ആരതിയെന്താണ് ഒന്നും പറയാത്തത്..."

മോഹൻ ചോദിക്കുകയായിരുന്നു.

"ഞാനെന്തു പറയാൻ..."

"അതല്ല, ആരതിക്ക് എപ്പോഴും ആലോചനയാണ്. എന്തായിങ്ങനെ മൂഡിയായി എപ്പോഴും?.."

എനിക്കിങ്ങനെയേ കഴിയൂ മോഹൻ. സ്നേഹിച്ചവർ തിരികെ തരാത്തത് സ്നേഹം മാത്രമായിരുന്നു. സ്നേഹിച്ചവർക്ക് പകർന്നു കൊടുത്തതോ, തീരാത്ത നൊമ്പരങ്ങൾ മാത്രവും...

കുറ്റബോധത്തിന്റെയും ആത്മനിന്ദയുടെയും കുരുതിക്കളങ്ങളിൽ ബലിയർപ്പിക്കാനുള്ളതാണ് ഇനിയുള്ള ജീവിതം...

ഓർമ്മകളിലേക്ക് ഇനിയുമെന്നെ തിരിച്ചു കൊണ്ടുപോവാതിരിക്കൂ...

ആറ്

രാത്രി വൈകിയാണുറങ്ങിയതെങ്കിലും നേരത്തേ ഉണർന്നു. രണ്‍ ജിത്ത് ഇന്നലെയും വിളിച്ചോർമ്മപ്പെടുത്തി ഇന്ന് അവരെല്ലാവരുമെത്തു മെന്ന്. വിദേശത്ത് വേരുകളുള്ള ഒരു ട്രസ്റ്റിന്റെ നടത്തിപ്പുകാരാണ് എന്ന് രഞ്ജിത്ത് പറഞ്ഞറിയാം. വിശ്വാസ്യതയുള്ള കൈകളിൽ മോഹന്റെയീ സ്വപ്നം സുരക്ഷിതമാവുമെന്ന് മനസ്സു പറഞ്ഞു. ഈ മുറികളിലൂടെ, മുറ്റത്തുകൂടെ ഇനി ഒരുപാടു കുഞ്ഞിക്കാലടികൾ ഓടി നടക്കട്ടെ. മോഹ നോട് ചെയ്തതിനൊക്കെയും എന്തെങ്കിലും ഒരു പ്രായശ്ചിത്തമാവട്ടെ. ഒരു നൂറ് അനാഥക്കുഞ്ഞുങ്ങൾക്കവിടം സ്വർഗ്ഗമായിത്തീരട്ടെ...

ഇതിപ്പോൾ രഞ്ജിത്തിന് നേരിട്ടറിയാവുന്നവരാവുമ്പോൾ ഒന്നും ആശങ്കപ്പെടാനില്ല.

സ്വന്തം മകന്റെ സ്ഥാനത്തു നിന്നാണവൻ വേണ്ടതെല്ലാം ചെയ്തു തരുന്നത്.

മഹേഷിനെക്കുറിച്ചോർത്തു പെട്ടെന്ന്.

അവനെ കുറ്റപ്പെടുത്താൻ എന്തർഹതയാണുള്ളത്...

പ്രസവിക്കുകപോലും ചെയ്യാതെ അമ്മയായി എന്നതോ...

ജീവിതത്തിലേക്കിനിയാരും കടന്നു വരരുതെന്ന് തീരുമാനിച്ചുറപ്പി ച്ചിട്ടും ഒരു നിയോഗം പോലെ മോഹൻ കടന്നു വരികയായിരുന്നു. അതു പോലെ മറ്റൊരു അനിവാര്യതയായി മഹേഷ്...

കണ്ടുമടുത്ത ദിനങ്ങളുടെ നൈരന്തര്യത്തിൽ മഹേഷിനെ തങ്ങ ളുടെ ജീവിതത്തിലേക്ക് കൂട്ടിക്കൊണ്ടുവരാൻ മോഹനെ പ്രേരിപ്പിച്ചതെ ന്തായിരുന്നു...?

തനിക്ക് ഒരു കൂട്ട് ആവശ്യമാണെന്ന് തോന്നിയിട്ടോ...?

അതോ ഭർത്താവിനേക്കാൾ തനിക്കാവശ്യം ഒരു മകനെയാണെന്ന് തിരിച്ചറിഞ്ഞിട്ടോ..?

അതുമല്ലെങ്കിൽ – പ്രശ്നങ്ങൾക്കിടയിൽ പരസ്പരം അകലാതിരി ക്കാൻ ഒരു കണ്ണി കൂടെ വിളക്കിച്ചേർക്കുകയായിരുന്നോ...

എന്തായിരുന്നു സത്യത്തിൽ തങ്ങൾക്കിടയിൽ...

കുറ്റബോധവും നിരാശയും അപകർഷതയും ആത്മനിന്ദയും. സ്വന്തം മാളത്തിലേക്ക് മാത്രം ഉൾവലിയണമെന്ന തോന്നൽ.

"എന്താണ് ആരതിയുടെ പ്രശ്നം?" പതിനഞ്ചര വർഷങ്ങൾക്കിട യിൽ മോഹൻ ഒരേയൊരു തവണയാണ് അങ്ങനെ ചോദിച്ചത്. നിയ ന്ത്രണങ്ങൾ വിട്ടുപോവുമെന്ന് തോന്നിയ ഒരു നിമിഷം.

"ആരതി എന്താണിങ്ങനെയൊക്കെ..?" അയാളുടെ സ്വരത്തിൽ വേദന മാത്രമായിരുന്നു.

ഓർമ്മകൾ കൂലംകുത്തിയൊഴുകുന്ന ദിവസങ്ങളായിരുന്നു. മനസ്സിന് സമനില നഷ്ടപ്പെടുന്ന ദിനങ്ങൾ..

"മോഹനിഷ്ടമില്ലെങ്കിൽ എന്നെ വിട്ടേക്കൂ.."

ഒരായിരം പളുങ്കു പാത്രങ്ങൾ വീണുടയുന്നു. നിശ്ശബ്ദതയുടെ ഒരു കടൽ ഉള്ളിലേക്കാർത്തിരമ്പുന്നു.

"നമ്മൾ - നമ്മൾ മിണ്ടാതിരിക്കുന്നതാണ് നല്ലത്.."

കല്ലിച്ചുപോയ മനസ്സ് വിങ്ങിപ്പൊട്ടുന്നുണ്ടായിരുന്നു.

"മോഹൻ - എന്നോട് ക്ഷമിക്കൂ.. എനിക്കറിയില്ല ഞാനെന്താണിങ്ങനെയായിപ്പോയതെന്ന്..."

ഏഴ്

ഒറ്റയ്ക്കിരിക്കാനായിരുന്നു എല്ലായ്പ്പോഴുമിഷ്ടം. കൊതിക്കുന്നത് നേടിയെടുക്കുമ്പോൾ വല്ലാത്തൊരു ശൂന്യതയാണുണ്ടാവുന്നത്. ഏകാന്തത, ജീവിതത്തിലേക്ക് എന്നെന്നേക്കുമായി നിറഞ്ഞു നിന്നപ്പോൾ അതു ബോദ്ധ്യമായി.

കുറ്റപ്പെടുത്തുന്ന ചുവരുകൾക്കിടയിൽ തനിച്ചിരിക്കുമ്പോൾ ഭൂത കാലത്തിന്റെ പായൽ വീണ പടവുകൾ..മഹേഷ് കുത്തിവരച്ചിട്ട പോറ ലുകൾ ഇപ്പോഴുമുണ്ട് ആ ചുവരുകളിൽ.

അല്ലെങ്കിലും അവൻ കോറിയിട്ടതൊന്നും ഒരിക്കലും മാഞ്ഞുപോ യിട്ടില്ലല്ലോ.. മോഹന്റെ സംസ്കാരച്ചടങ്ങുകൾ കഴിഞ്ഞ് സാന്ത്വനങ്ങ ളുടെ തിരക്കൊഴിഞ്ഞ ഫ്ളാറ്റിൽ സന്ധ്യയുടെ നിർവ്വികാരത തളംകെട്ടി യ ദിവസങ്ങളിലൊന്നിൽ–

"മഹേഷ്. എഴുന്നേറ്റിരിക്കൂ മോനേ."

അവൻ കമിഴ്ന്നു കിടക്കുകയായിരുന്നു. ആരാലും ശ്രദ്ധിക്കപ്പെ ടാതെ...

"നിങ്ങളെഴുന്നേറ്റു പോവുന്നുണ്ടോ–"

അവന് എപ്പോഴും അടുപ്പം മോഹനോടായിരുന്നുവെങ്കിലും മനസ്സു മുറിഞ്ഞു പോയി.

"അമ്മ.. നിനക്കൊരു ശല്യമാണല്ലേ.."

"നിങ്ങളെന്റെ അമ്മയല്ല. ആരുമല്ല എനിക്ക്. എനിക്കാരുമില്ലാതായി..."

അണപൊട്ടിയൊഴുകുന്ന തേങ്ങൽ.

"നിങ്ങൾക്ക് വെറുപ്പായിരുന്നു അച്ഛനെ.."

നടുങ്ങിയതപ്പോഴാണ്...

"പോ എന്റെ മുമ്പിൽ നിന്ന്. കാണണ്ട എനിക്ക്. പാവം. പാവം എന്റെ അച്ഛൻ.."

ഏങ്ങലടിയിൽ കുലുങ്ങുന്ന ചുമലുകൾ...

എവിടെയായിരിക്കും അവനിപ്പോൾ...

മലനിരയിലേക്ക് തീവണ്ടിയും കാത്ത് നില്ക്കുമ്പോൾ ഓവർബ്രി ഡ്ജിനരികിലൂടെ നടന്നുപോയ മെലിഞ്ഞ പയ്യൻ മഹേഷിന്റെ ഛായ യായിരുന്നല്ലോ...

വേഷം മാറിക്കൊണ്ടിരിക്കുമ്പോൾ മലമ്പാതയിലൂടെ വരുന്ന നീല

നിറമുള്ള കാർ കണ്ടു. ഒരുപക്ഷേ, അവരാവാം.

ഹൃദയം തുടിക്കുന്നതു പോലെ. കൂടൊഴിഞ്ഞു പോവുന്ന കിളിക്കുഞ്ഞിന്റെ കരച്ചിൽ ഒരു നിമിഷം തൊണ്ടയിൽ കുടുങ്ങി.

"ഞങ്ങൾ താമസിച്ചില്ലല്ലോ ആന്റീ.." രഞ്ജിത്ത്.

"ഇല്ല മോനേ.. നിങ്ങൾ സമയത്തു തന്നെയെത്തി."

അവർ സിറ്റിങ് റൂമിലിരുന്ന് ഒരുപാട് സംസാരിച്ചു.

"രഞ്ജിത്ത് പറഞ്ഞ് ഞങ്ങൾക്കറിയാം ആ ബംഗ്ലാവിന് മാഡത്തിന്റെ മനസ്സിലുള്ള സ്ഥാനം.."

കൂട്ടത്തിലൊരു യുവാവ് പറഞ്ഞു.

"ഇതിന് ഒരു രൂപഭേദവും വരുത്താതെ ഞങ്ങളുടെ ആഗ്രഹം ഇവിടെ സഫലമാവും.."

ജനാലയ്ക്കപ്പുറം കാണുന്ന കുന്നിൻപച്ചയിലേക്ക് ആത്മവിശ്വാസത്തോടെ അയാൾ കണ്ണയച്ചു.

"പുണ്യമായ ഈ ഭൂമി..."

ജീർണ്ണതയുടെ ഗന്ധമുള്ള മുറികളിലെ വേനൽ. ഓർമ്മയുടെ മഴ നിറഞ്ഞ കുന്നിൻചെരിവുകൾ. നിങ്ങളെ ഒന്നും പിന്തുടരാതിരിക്കട്ടെ...

"മാഡം ചെയ്യുന്നത് ഒരു വലിയ കാര്യമാണ്. മഹത്തായ കാര്യം..."

നിശ്ശബ്ദനായിരുന്ന വൃദ്ധനാണതു പറഞ്ഞത്.

നെഞ്ചിലെ കനലുകളടക്കാൻ ഭൂമിയിലൊരു പുണ്യത്തിനും കഴിയുകയില്ലല്ലോ...

"നോക്കൂ, മാഡം.. ഇനിയിവിടെ വരുമ്പോൾ നിങ്ങൾ അത്ഭുതപ്പെട്ടു പോവും..."

ചെറുപ്പക്കാരൻ പിന്നെയും പറയുകയാണ്...

"ഇനി വരുമ്പോൾ ഇതേപോലെ ഈ ബംഗ്ലാവു നില്ക്കുന്നത് കണ്ട് മാഡം തീർച്ചയായും സന്തോഷിക്കും..."

ഒരു വിളറിയ ചിരി ചുണ്ടിൽ വരുത്താൻ പ്രയാസപ്പെട്ടു.

ഇനിയൊരിക്കലും വരികയുണ്ടാവില്ല, ഋതുഭേദങ്ങൾക്കനുസരിച്ചു നിറം മാറുന്ന ഈ കുന്നിൻ ചരിവുകളിലേക്ക്. ഓർമ്മകളുടെ, മഴക്കാലങ്ങളുടെ തടവറയിലേക്ക്...

"ആന്റീ - ടാക്സിയെത്തിയിരിക്കുന്നു..."

സന്ദർശകരെ പറഞ്ഞയച്ച് രഞ്ജിത്ത് തിരിച്ചെത്തിയിരിക്കുന്നു.

"റെയിൽവേസ്റ്റേഷൻ വരെ ഞാനും വരുന്നു. ലഗേജ് ഒക്കെ എടുക്കട്ടെ..." എന്തു കൊണ്ടുപോവാനാണ് ഈ ശവകുടീരത്തിൽനിന്ന്.

അവന്റെ തോളിൽ തട്ടി.

മലനിരകളോട് നിശ്ശബ്ദം യാത്ര പറഞ്ഞു.

പോവുകയാണ് -

ഈ മഴക്കാലത്തിന്റെ വേദനിപ്പിക്കുന്ന ഈർപ്പത്തിൽ നിന്ന്..ഓർമ്മകളുടെ പായൽപ്പച്ചയിൽ നിന്ന്...

എവിടേയ്ക്ക് -

സ്വാസ്ഥ്യം കിട്ടാതെ ജന്മാന്തരങ്ങളിൽനിന്ന് വേദനിപ്പിക്കുന്ന കണ്ണു കളുള്ള ബലിക്കാക്കകൾ ചുറ്റും പറന്നു നടന്നു.

എട്ട്

ഇളം വയലറ്റുനിറമുള്ള ചുവരുകൾക്കിടയിൽ തനിച്ചിരിക്കുമ്പോൾ താഴെ നഗരത്തിൽ ഇരമ്പുന്ന അപരാഹ്നം. ഇന്നലെ ഈ സമയമത്രയും യാത്രയിലായിരുന്നു. മലഞ്ചെരിവുകളിൽ നിന്ന് നഗരത്തിലേക്ക് വരുന്ന ട്രയിനിൽ, ഓർമ്മകളുടെ ഭാരമില്ലാതെ ആദ്യമായി...

പേനയും നിവർത്തിപ്പിടിച്ച് ഇരിക്കാൻ തുടങ്ങിയിട്ട് നേരമെത്രയായി...

വാർഷികപ്രതിപ്പിലേക്കുള്ള കവിത പെട്ടെന്ന് അയച്ചുകൊടുക്കണം എന്നോർമ്മിപ്പിച്ചുകൊണ്ട് പത്രാധിപരുടെ കത്ത്. ഈയിടെയായി ഒരു വരിപോലും എഴുതാറില്ല. മനസ്സിൽ ഒരുപാടെഴുതി മായ്ക്കുമ്പോൾ പകർ ത്താനാണ് പ്രയാസം. പേനയടച്ചു വച്ച് ഉച്ചയ്ക്ക് തപാലിൽ വന്ന കവർ പൊട്ടിച്ചു.

ചുവപ്പുരാത്രി കലർന്ന വയലറ്റ് അക്ഷരങ്ങൾക്കു താഴെ നീട്ടിവര ച്ചൊപ്പിട്ടിരിക്കുന്നു.

ആസാദ്...!

പതിവിൽനിന്നു വിപരീതമായി ചെറിയൊരു കുറിപ്പു മാത്രമാണു ള്ളിൽ.

'അമിത സ്വാതന്ത്ര്യമെടുക്കുകയാണെന്ന് വേണമെങ്കിൽ കരുതാം. ഞാനുടനെ വരുന്നുണ്ട് അങ്ങോട്ട്...'

എവിടേക്കും ചായാതെ നേർവരയിലൂടെ വരിവരിയായി പോകുന്ന അക്ഷരങ്ങൾ.

എന്തുപറ്റി, ആസാദിന്..

പത്രത്തിലെ ജോലി ഉപേക്ഷിച്ചുവോ.

അയാൾ ഒരു ജിപ്സിയെപ്പോലെയാണെന്ന് പലപ്പോഴും തോന്നി യിട്ടുണ്ട്. എവിടെയും സ്ഥിരമായി നില്ക്കാതെ...

ശരത്കാലത്ത് ഉരുളക്കിഴങ്ങു പാടങ്ങളുടെ നാട്ടിൽ ഒരു ക്യാമ്പിൽ വെച്ച് ആദ്യമായി കാണുമ്പോൾ ആസാദ് ചിരപരിചിതനെപ്പോലെയാണ് പെരുമാറിയത്.

തീരെ താല്പര്യമില്ലാതെയാണ് അതിൽ കൂടിച്ചേരാൻ നിർബ്ബന്ധി തയായത്.

ചിനാർ മരങ്ങൾക്കിടയിൽ മഞ്ഞുകാറ്റ് വീശുന്നൊരു സായാഹ്നം. ഗായത്രിദേവിയുടെ വീടിന്റെ വെള്ളാരംകല്ലുപാകിയ മുറ്റത്ത് കറുപ്പും വെളുപ്പുമായ പ്രാവിൻ കൂട്ടങ്ങൾ ധാന്യമണികൾ കൊത്തിപ്പറന്നു. ആട്ടാ റൊട്ടിക്കും ഉരുളക്കിഴങ്ങു കറിക്കും മുമ്പെങ്ങുമില്ലാത്ത രുചി.

"എപ്പോഴെത്തി ആരതി...?"

ശുദ്ധമായ മലയാളം കേട്ടാണ് മുഖമുയർത്തിയത്. നാട്ടിൻനിന്ന് ഇത്ര യും ദൂരെ...

70

മുമ്പിൽ വന്നിരുന്ന ചെറുപ്പക്കാരനെ ആരോ പരിചയപ്പെടുത്തി.

"ആസാദ്. മലയാളിയാണ്. ശരിക്കു പറഞ്ഞാൽ ഒരു തലശ്ശേരിക്കാരൻ... "

തീക്ഷ്ണമായ കണ്ണുകളിൽ സൗഹൃദത്തിന്റെ വെയിൽ തെളിഞ്ഞു അപ്പോൾ.

തിരക്കൊഴിഞ്ഞപ്പോൾ ആസാദിനെക്കുറിച്ച് കൂടുതലായറിഞ്ഞു. ബിസിനസ് മാനേജ്മെന്റിൽ ഉന്നത ബിരുദം. ഉരുളക്കിഴങ്ങും വാറ്റുചാരായവും കൊണ്ട് ഉപജീവനം കഴിക്കുന്ന ഇവിടുത്തെ ഗ്രാമീണർക്കു വേണ്ടി അയാൾ കേന്ദ്രഗവൺമെന്റിലെ മാന്യമായ പദവി വലിച്ചെറിഞ്ഞിരിക്കുന്നു. ഒരു പ്രാദേശിക പത്രം കൂടി അയാൾ ഇവർക്കുവേണ്ടി അച്ചടിച്ചിറക്കുന്നു. തന്റെ എല്ലാ രചനകളും ആസാദ് വായിച്ചിട്ടുണ്ട്.

"വേദന, ഒറ്റപ്പെടൽ, അന്യഥാത്വം..."

ആസാദ് ഒരു സിഗരറ്റിനു തീകൊളുത്തി.

"നോവുകളുടെ ലോകത്തോട് എന്താണിത്ര പ്രിയം..."

മഹാനഗരത്തിന്റെ ഏകാന്തതയിലേക്ക് മടങ്ങിപ്പോവുന്നതിനു മുമ്പൊരു വൈകുന്നേരം ആസാദ് കടം വാങ്ങുകയായിരുന്നു.

"ആസാദിന് ഇവിടെ സുഹൃത്തുക്കളില്ലേ...?"

ചീനാർ മരങ്ങൾ ഇടതൂർന്നു വളരുന്ന കുന്നിൽ ചെരുവിറങ്ങുമ്പോൾ അയാൾ ഒന്നും പറഞ്ഞില്ല. ഇറക്കമിറങ്ങാൻ കൈനീട്ടി സഹായിക്കുമ്പോൾ ആസാദിന്റെ കൈകൾ വല്ലാതെ പരുക്കനാണെന്ന് തിരിച്ചറിയാനായി.

കാട്ടിനുള്ളിൽ നിന്നെങ്ങോ പൂത്തുലഞ്ഞ പുഷ്പങ്ങളുടെ സുഗന്ധം. ശീതകാലം കഴിയാറായിരുന്നു. നീലച്ചിറകുള്ള ഒരുപക്ഷി തലയ്ക്കു മീതെ ശബ്ദംവെച്ചു പറന്നു. അരുവിയിലൂടെ മഞ്ഞുവെള്ളമൊഴുകുന്ന നേർത്ത സ്വരം.

"സുഹൃത്തുക്കൾ..." ഒരു മന്ദഹാസമുണ്ടായിരുന്നു ആസാദിന്റെ മുഖത്ത്.

"അവരൊന്നും നമ്മുടെ കൂടെയുണ്ടാവില്ല. ഓരോ വഴിത്തിരിവുകളിൽ ഓരോരുത്തരായി പിരിഞ്ഞുപോവും."

താഴ്ന്ന ശബ്ദത്തിൽ ആസാദ് പറഞ്ഞു. "നമ്മളെല്ലാം തനിച്ചാണ് ആരതീ. എന്നിൽനിന്ന് സന്തോഷം കുഴിച്ചെടുക്കാനാവുമോ എന്നൊരു പരീക്ഷണത്തിലാണു ഞാനിപ്പോൾ..."

എത്ര വയസ്സിന്റെ ഇളപ്പമുണ്ട് ആസാദിന് തന്നേക്കാൾ - എട്ട്. ഒൻപത്. അതോ അതിലധികമോ...

ആസാദ് - എന്താണ് നിന്റെ മനസ്സിൽ...

ഒരെത്തും പിടിയും കിട്ടുന്നില്ല, ഒന്നിനും...

ഒൻപത്

കോളിങ്ബെൽ നിർത്താതെ ശബ്ദിക്കുന്നു. കണ്ണു തുറക്കുമ്പോൾ വെയിൽ ചാഞ്ഞു തുടങ്ങിയിരുന്നു. ഒരുപാടു നേരം മയങ്ങിക്കിടക്കുക

യായിരുന്നോ...

തുറന്ന വാതിലിന്റെ ചതുരത്തിൽ നിന്നിരുന്ന മെലിഞ്ഞ യുവാവിന് ആവശ്യത്തിലധികം ഉയരമുണ്ടെന്നാണ് ആദ്യം തോന്നിയത്.

"മഹേഷ്..." ഒരാഹ്ലാദത്തള്ളിച്ചയിൽ ആകെ തളരുകയാണ്.

"അകത്തേക്ക് കയറൂ..."

സ്നേഹ വാത്സല്യങ്ങളുടെ ഉറപ്പിനുമപ്പുറത്തേക്ക് പടർന്നു കയറുന്ന അപരിചിതത്വം. എവിടെനിന്നാണവൻ വരുന്നത്. ഒരുപാട് ചോദ്യങ്ങൾ ഉള്ളിലിരമ്പിയാർക്കുന്നു.

മഹേഷ് അകത്തേക്ക് കയറിയില്ല.

"ഷഹ്നാസിന് ഒന്നു കാണണമെന്നുണ്ട്"

ഷഹ്നാസ് –

മോഹന്റെ മരണത്തോടെ ഇളംവയലറ്റുചുവരുകൾക്കിടയിലെ എല്ലാ ശബ്ദങ്ങളും നിലച്ചു പോയിരുന്നു. നീണ്ടുനിന്ന ഒരുപാട് രാത്രികളുടെ ദൂരത്തിനപ്പുറം ഒരിക്കലും തുറക്കാതെ മഹേഷിന്റെ മുറിയടഞ്ഞു കിടന്നു. റെയിൽവേസ്റ്റേഷനു പിന്നിലെ ചേരികളിലെങ്ങോ അവനുണ്ടെന്ന് പറഞ്ഞത് രാജീവ്ഗുപ്തയെന്ന സഹപ്രവർത്തകനായിരുന്നു. മോഹന്റെ സുഹൃത്തെന്ന നിലയിൽ തന്റെ ജോലിക്കാര്യം ശരിയാക്കുന്നതിനുവേണ്ടി ഓടിനടക്കുകയായിരുന്നു അന്നയാൾ. മടിച്ചുമടിച്ചാണ് മഹേഷിന്റെ കൂടെ രണ്ട് കുട്ടികളുടെ അമ്മയായ ഒരു യുവതിയുണ്ടെന്ന് അയാൾ പറഞ്ഞത്.

"ഷഹ്നാസ്.. എവിടെ..?"

"ആശുപത്രിയിലാണ്..." മഹേഷിന്റെ സ്വരം ചിന്നിച്ചിതറുകയാണ്. അന്തിവെയിലിലൂടെ അവന്റെ ഷർട്ടിന്റെ ചാരനിറം ഇല്ലാതാവുന്നതും നോക്കി ജനലരികിൽ തളർച്ചയോടെ നിന്നു.

പത്ത്

ആശുപത്രികൾ എല്ലാം ഒരുപോലെയാണ്. മുഖങ്ങളും പേരുകളും മാറുന്നു എന്നു മാത്രം. കോറിഡോറുകളിൽ കൂട്ടം കൂടി നില്ക്കുന്ന ഉറ്റവർ, സ്ട്രെക്ചറുകളിൽ മലർന്നു കിടക്കുന്ന പ്രതീക്ഷയറ്റ മുഖങ്ങൾ. ഐ സി യൂണിറ്റിന്റെ മുമ്പിൽ അടക്കിപ്പിടിച്ച ഒരു നിലവിളി. ആംബുലൻസിന്റെ ശബ്ദം.

കോറിഡോറിലൂടെ നടന്നു വരുമ്പോൾ രാജീവ് ഗുപ്തയുടെ വാക്കുകൾ ഉള്ളിൽ വീണു പൊട്ടിച്ചിതറുന്നു...

"ഇരുണ്ട്, കവിളെല്ലുകൾ പൊങ്ങിയ ഒരു ചെറുപ്പക്കാരി. മഹേഷിനെപ്പോലൊരു പയ്യനെ ആകർഷിക്കാൻ അവളിലെന്താണുള്ളത് എന്നാണ് എനിക്കത്ഭുതം..."

അയാളുടെ മുഖത്ത് വല്ലാത്ത വേദനയും അമർഷവുമുണ്ടായിരുന്നു.

ഭർത്താവുപേക്ഷിച്ചവൾ, രണ്ട് കുഞ്ഞുങ്ങളുടെ അമ്മ...

സ്നേഹത്തിന്റെ യാത്ര എത്ര ദുരൂഹമായ വഴികളിലൂടെയാണ്...

നൂറ്റിനാലാം നമ്പർ മുറിയുടെ വാതിലുകൾ തുറന്നു കിടക്കുകയാണ്. ഗ്ലാസിലെ ഓറഞ്ചുനീര് സ്പൂണിൽ പകർന്നു നല്കുമ്പോൾ മഹേഷിന്റെ കൈവിരലുകൾ വിറയ്ക്കുന്നുണ്ടായിരുന്നു.

ഷഹ്നാസിന്റെ ക്ഷീണിച്ച മുഖത്ത് ഒരു ചിരി പടർന്നു. കട്ടിലിന രികെ വിഹലമായ കണ്ണുകളുള്ള രണ്ട് കൊച്ചു കുഞ്ഞുങ്ങൾ.

ദുർബ്ബലമാവുകയാണ് മനസ്സ്.

മകന്റെ മുഖത്ത് അവിശ്വസനീയതയാണെന്നു തോന്നി.

"എന്താ ഷഹ്നാസിന്..?"

കിടക്കയുടെ ഓരം ചേർന്നിരിക്കുമ്പോൾ മഹേഷ് എഴുന്നേറ്റു മാറിനിന്നു.

ഇരുപത്തി മൂന്നാമത്തെ വയസ്സിൽ മകൻ മധ്യവയസ്സു പിന്നിട്ടവ നെപ്പോലെ തോന്നി.

"ചെയ്ത തെറ്റിന്റെ ശിക്ഷയാവും. എനിക്ക്.."

മുഴുമിക്കാൻ കഴിയാതെ ഒട്ടിയ കവിൾത്തടങ്ങളിലൂടെ കണ്ണീരിന്റെ നനവു പടരുന്നു.

ഉപ്പുചുവയുള്ള വാക്കുകൾ നെഞ്ചിനകത്തു കല്ലിച്ചു കിടന്നു.

"എനിക്ക് ഭാഗ്യമില്ലാതെ പോയി.' ഷഹ്നാസിന്റെ സ്വരം നനഞ്ഞു താഴ്ന്നിരുന്നു.

"എങ്കിലും. എന്റെ കുഞ്ഞുങ്ങളെ മഹേഷിന് വേണമെന്ന്..."

ജനാലയ്ക്കരികെ പുറത്തേക്ക് നോക്കി നില്ക്കുന്ന മഹേഷിന്റെ മുഖം കാണാമായിരുന്നില്ല.

അവൻ കരയുകയായിരുന്നോ...?

തിരിച്ചു നടക്കുമ്പോൾ അതുമാത്രമാണോർത്തത്.

പ്രാർത്ഥിക്കണമെന്നു തോന്നി. എവിടെയെങ്കിലും എല്ലാമൊന്നിറക്കി വെക്കണം..ക്ഷേത്രത്തിലേക്കുള്ള പടിക്കെട്ടുകൾ കയറുമ്പോൾ വല്ലാതെ ക്ഷീണം തോന്നി. ശ്വാസം തടസ്സപ്പെടുന്നതു പോലെ. ഈയിടെയായി ഇടയ്ക്കിടെ ഇങ്ങനെയുണ്ടാവാറുണ്ട്.

"ആരതി ഒരുപാട് ആയാസപ്പെടാതിരിക്കാൻ ശ്രദ്ധിക്കണം..."

ടാബ്ലെറ്റുകൾക്ക് എഴുതിത്തരുമ്പോൾ ഡോക്ടർ ഓർമ്മപ്പെടുത്തി യിരുന്നു. ഹൃദയമിടിപ്പുകൾക്ക് താളക്രമമില്ലാതായിരിക്കുന്നു എന്ന്...

കല്പടവുകളിൽ വാടാമല്ലിയും ജമന്തിയും വീണുകിടപ്പുണ്ട്. പല തരക്കാരായ സഞ്ചാരികളും തീർത്ഥാടകരും പ്രാർത്ഥിച്ചു മടങ്ങുന്നു.

ഇല്ല മോളെ. ഈശ്വരൻ നിനക്കൊന്നും വരുത്തില്ല...

സന്ധ്യ മയങ്ങിയിരിക്കുന്നു.

കല്പടവുകൾക്കു താഴെ ആരോ കാത്തു നില്പുണ്ടെന്നു തോന്നി.

ചടച്ചു പൊക്കമുള്ള ശരീരം, ഉലഞ്ഞ മുടിയിഴകൾ...

– ആസാദ്...

"ഇപ്പോഴെത്തിയതേ ഉള്ളു.." അയാളുടെ ശബ്ദം ഒരു ഗുഹയിൽ

നിന്നും വരുന്നതുപോലെ തോന്നി. പടവുകൾക്കു മീതെ വെളുത്ത പ്രകാശം പൊഴിച്ചുകൊണ്ട് വിളക്കുകൾ തെളിഞ്ഞു. ആസാദിന്റെ മുടി യിഴകളിൽ ചിലത് നരച്ചു തുടങ്ങിയിരിക്കുന്നു. ചിലർക്ക് ഒരുപാടു നേര ത്തെ വാർദ്ധക്യം തുടങ്ങുന്നു.

കോഫീ ഹൗസിലേക്കുള്ള പടികൾ കയറുമ്പോൾ ആസാദ് വല്ലാതെ ക്ഷീണിതനാണെന്നു തോന്നി.

'മേരേ നേനാ
സാവന് ഭാദോം
ഫിർ ഭി മേരാ മൻ പ്യാസാ...
ഫിർ ഭി മേരാ മൻ..'

തിരക്കൊഴിഞ്ഞ മേശയിൽ സ്ഥാനം പിടിക്കുമ്പോൾ കിശോർ കുമാർ വിഷാദമധുരമായി പാടുന്നു.

കോഫി കഴിക്കുമ്പോൾ ആസാദ് പതിവില്ലാത്ത വിധം മൗനിയായി രുന്നു.

നിശ്ശബ്ദത അപ്പോൾ അസഹ്യമായിത്തോന്നി. എന്തോ പൊട്ടാൻ തയ്യാറായി വീർത്തു വലുതായി നില്ക്കുന്നതു പോലെ.

"ആരതി, എന്റെ കൂടെ വരുന്നോ..."

മുഖവുരയില്ലാതെ പെട്ടെന്നാണയാൾ ചോദിച്ചത്.

"ആരതിയെ ഞാൻ കൊണ്ടു പൊയ്ക്കോട്ടെ..?"

ശ്വാസം തടസ്സപ്പെടുത്തിക്കൊണ്ട് മുന്നിൽ വെളുത്ത പുകമൂടുന്നു. നീറുന്ന കണ്ണുകൾ തുടയ്ക്കാതെ മുഖം താഴ്ത്തിയിരുന്നു.

മരവിച്ച വാക്കുകൾ കുറച്ചിട കൂടി അവിടെ തങ്ങിനിന്നു.

കോഫിഹൗസിനു മുമ്പിലെ മരങ്ങളിൽനിന്ന് മഞ്ഞച്ച ഇലകൾ വീ ഴുന്നുണ്ട്.

സന്ധ്യയുടെ വെളിച്ചത്തിൽ ആളുകൾ ഇടകലർന്നു നീങ്ങുന്നതു കാണാം.

ഈ നഗരത്തിൽ ഇത്തവണ മഴ പെയ്യുകയില്ലേ...

"ആസാദ് പൊയ്ക്കോളൂ..."

സ്നേഹിച്ചവരെയൊക്കെ

വേദനിപ്പിച്ചവളാണു ഞാൻ.

അച്ഛനമ്മമാരെ,

സ്നേഹിതനെ,

ഭർത്താവിനെ,

മകനെ,

പിന്നെയിപ്പോൾ...

ഇനിയും സ്നേഹത്തിന്റെ കടം താങ്ങാനുള്ള കഴിവില്ലെനിക്ക്.....

പതിനൊന്ന്

ഒടുവിൽ ജനാലയ്ക്കപ്പുറം മഴ പെയ്തു തുടങ്ങുകയാണ്. ഇവിടെ

ഇത്തിരി വൈകി മഴയെത്താൻ. മലഞ്ചെരുവുകളിൽ മഴക്കാലം വേഗം വരുമായിരിക്കും. നെഞ്ചു ക്രമാതീതമായി മിടിക്കുന്നുണ്ട് ഇപ്പോഴും.

"ഒരുപാട് ടെൻഷനൊന്നും തലയിൽ വച്ചു നടക്കരുത് ആരതീ.." ഇത്തവണ ഡോക്ടറുടെ മുഖത്തെ പുഞ്ചിരി മാഞ്ഞിരുന്നു.

പല നിറത്തിലുള്ള ടാബ്ലെറ്റുകൾ കൈവെള്ളയിൽ നിവർത്തിയിട്ടു. ഈ ഹൃദയത്തിന്റെ തുടിപ്പുകൾക്ക് താളം നല്കാൻ ഇനിയൊരു ടാബ്ലെറ്റിനും കഴിയില്ലെന്ന് ഡോക്ടർക്ക് അറിയില്ലല്ലോ. പല നിറങ്ങളിൽ, മഞ്ചാടി മണികൾ പോലെ ടാബ്ലെറ്റുകൾ നിവർന്നു കിടക്കുന്നു. ആർക്കു വേണ്ടി, എന്തിന്...

മഴയ്ക്കു ശക്തി കൂടിയിരിക്കുന്നു. ജനാലയിലൂടെ തണുത്ത വെള്ളത്തുള്ളികൾ തെറിച്ചു വീണു. മഞ്ചാടിമണികൾ ഒന്നൊന്നായി പുറത്തേക്കെറിഞ്ഞു കളയുമ്പോൾ തണുപ്പു വീണിരുന്നു ഉള്ളിലും...

ഇനി മടങ്ങിപ്പോവാം പെട്ടെന്ന്...

പന്ത്രണ്ട്

തിരക്കിൽ നിന്നകന്ന് മഹേഷ് നില്ക്കുന്നത് ദൂരെ നിന്നേ കണ്ടു.

"പോവുകയാണെന്നറിഞ്ഞു. എപ്പോഴാണു മടങ്ങിവരിക?"

അവന്റെ ശബ്ദത്തിൽ നനവുണ്ടായിരുന്നു.

ഇനിയൊരിക്കലും തിരിച്ചു വരവുണ്ടാവില്ല. എല്ലാം അതാതിന്റെ അവകാശികളെ ഏല്പിച്ചു കഴിഞ്ഞിരിക്കുന്നു.

"നാട്ടിലേക്കല്ലേ.." മഹേഷ് വീണ്ടും.

വെറുതെ തലയാട്ടി. അവൻ അങ്ങനെത്തന്നെ കരുതിക്കൊള്ളട്ടെ.

"ഷഹ്നാസിന്റെ ചികിത്സ തുടരണം.."

മടങ്ങുകയാണ്, ഇനി വരാതെ...

വർഷങ്ങളുടെ ഇരുട്ടുവെളുപ്പുകളിലൂടെ കടന്നു പോകുമ്പോൾ ബാക്കി നില്ക്കുന്നത് സ്വപ്നങ്ങളുടെ ചോര പൊടിയുന്ന ശേഷിപ്പുകൾ...

എവിടെയുമെത്താതെ യാത്ര തീരുംമുമ്പേ പാതയുടെ നടുവിൽ ഉപേക്ഷിച്ചിട്ട വാഹനംപോലെ ജീവിതം...

വണ്ടിക്ക് വേഗമേറിയിരിക്കുന്നു. നിറമുള്ള ജീവിതക്കാഴ്ചകൾ അകന്നകന്നു പോകുന്നു. ഇനി വരുന്നത് ഇരുട്ടിന്റെ തുരങ്കങ്ങൾ.

അതിനുമപ്പുറം...

ആസാദിന്റെ വാക്കുകളോർത്തു.

അതേ. എന്നിൽനിന്ന് സന്തോഷങ്ങൾ കുഴിച്ചെടുക്കാൻ തുടങ്ങുകയാണ് ഞാനും...

കഥവായിച്ച് സമൂഹം മാനസാന്തരപ്പെടില്ല

ഷീബ ഇ കെ / രശ്മി ജി & അനിൽകുമാർ കെ എസ്

പുതുതലമുറയിലെ എഴുത്തുകാരിയായ ഷീബ ഇ കെ പ്രമേയ ത്തിലും ആഖ്യാനത്തിലും പുതുമകൾ തേടിക്കൊണ്ട് തന്റെ രചനാ മണ്ഡലം വിപുലമാക്കാൻ ശ്രമിക്കുന്നു. *വൈ ടു കെ, നീലലോഹിതം* എന്നീ കഥാസമാഹാരങ്ങളും *ദുനിയ* എന്ന നോവലും ഇതിനു തെളി വാണ്. ദുർഗ്രഹതകളോ, ക്ലേശങ്ങളോ പ്രകടമാകാത്ത ലളിതമായ ആഖ്യാനരീതിയാണു ഷീബയുടേത്. ആദ്യകാല കഥകൾ ഭാവസുന്ദര ങ്ങൾ ആയിരുന്നതുകൊണ്ട് സി രാധാകൃഷ്ണൻ ആ കഥകളെ ഗീതക ങ്ങൾ എന്നും കവിതക്കഥകൾ എന്നും വിശേഷിപ്പിച്ചു. പ്ലേ സ്റ്റേഷൻ എന്ന കഥ വർത്തമാനകാല സമൂഹത്തിലെ പുരുഷാസക്തികളോടുള്ള പ്രതി ഷേധമാകുമ്പോൾ *ദുനിയ* ഭീകരതയ്ക്കെതിരെയുള്ള സ്ത്രീയുടെ ഉണർന്നെണീക്കലുകളാണ്. സാമ്പ്രദായിക മുസ്ലീംജീവിതത്തിനുള്ളി ലൂടെ കടന്നുവന്ന ഷീബയെ വ്യത്യസ്തയാക്കുന്നത് അവർ പുലർത്തുന്ന സ്വതന്ത്രരാഷ്ട്രീയ ബോധമാണ്. എഴുത്തുകാരിക്കു സാമൂഹ്യബോധവും സാമൂഹ്യ പ്രതിബദ്ധതയും വേണമെന്നു ശഠിക്കുന്ന ഷീബ തന്റെ നില പാടുകൾ, വ്യക്തമാക്കുന്നു

ഒരു എഴുത്തുകാരി ആയിത്തീരാനുള്ള സാഹചര്യം എന്താണ്?

വല്യുമ്മ- ഉപ്പയുടെ ഉമ്മ - നല്ലൊരു കഥ പറച്ചിലുകാരിയായിരു ന്നു. ഒരുപാടു നാടോടിക്കഥകൾ അവരെനിക്കു പറഞ്ഞു തന്നു. ബാല മാസികകളിൽ വരുന്ന മിക്ക കഥകളും വല്യുമ്മ എനിക്കു പറഞ്ഞു തന്ന താവും. ഉപ്പയും ഉമ്മയും ചിലപ്പോഴൊക്കെ കഥ പറഞ്ഞു തന്നിരുന്നു. ഉപ്പ നല്ല വായനക്കാരനായിരുന്നു. പുസ്തകങ്ങൾക്ക് വലിയ പ്രാധാന്യം നല്കിയിട്ടുള്ള ബാല്യമായിരുന്നു. കൈയിൽക്കിട്ടിയതൊക്കെ വായിക്കു

മായിരുന്നു കുട്ടിക്കാലത്ത്. ഏഴാംക്ലാസിൽ പഠിക്കുമ്പോൾ ഞങ്ങളെല്ലാ വരും ചേർന്നൊരു കൈയെഴുത്തുമാസികയുണ്ടാക്കി. അതിൽ പ്രസി ദ്ധീകരിക്കാൻ വേണ്ടിയാണ് എഴുത്തു തുടങ്ങിയത്. എഴുതാൻ ആളു കൾ കുറവായിരുന്നതിനാൽ അന്ന് പല പേരുകളിൽ കഥ, കവിത, ലേഖ നം, ഡിറ്റക്ടീവ് നോവൽ വരെ എഴുതിയിട്ടുണ്ട്. പരിസരത്തുള്ള മുതിർന്ന ആളുകൾക്കെല്ലാം മാസിക വായിക്കാൻ കൊടുക്കുമായിരുന്നു. അവ രെല്ലാം പരസ്യം തന്നു സഹായിച്ചിട്ടുമുണ്ട്. കൈയെഴുത്തു മാസികയുടെ ചെലവുകൾക്കുള്ള പണം വീട്ടിൽനിന്നും വാങ്ങിക്കാറില്ലായിരുന്നു. പര സ്യത്തിൽനിന്നുള്ള വരുമാനം, പിന്നെ ഞങ്ങളുടെ പോക്കറ്റ് മണി അങ്ങ നെയൊക്കെയാണ് അത് കണ്ടെത്തിയിരുന്നത്. കുറേക്കഴിഞ്ഞ് മുതിർന്ന ക്ലാസിലെത്തിയപ്പോൾ കൈയെഴുത്തുമാസിക നിന്നു പോയി. വായന അപ്പോളും സജീവമായിരുന്നു. എംടിയുടെ നേതൃത്വത്തിൽ *മാതൃഭൂമി* ആഴ്ചപ്പതിപ്പ് പുറത്തിറങ്ങിയിരുന്ന കാലം. ഇന്നത്തെ യുവതലമുറ എഴു ത്തുകാരെല്ലാം അന്നു ബാലപംക്തിയിൽ സജീവമാണ്. അങ്ങനെ ബാല പംക്തിയിൽ ആദ്യത്തെക്കഥ – ഇന്നലെയുടെ ബാക്കി – പ്രസിദ്ധീകരി ച്ചു. പിന്നെ കുറേക്കഥകൾ പ്രസിദ്ധീകരിച്ചു. വായനക്കാരിൽനിന്നു നല്ല പ്രതികരണമായിരുന്നു കിട്ടിയത്. ബാലപംക്തിയിൽ ശ്രദ്ധേയമായ കഥ കൾ വരുന്ന ആ കാലം മുതിർന്ന എഴുത്തുകാരെപ്പോലെ ഞങ്ങളെപ്പോ ലുള്ള കുട്ടികളെയും വായനക്കാർ ഗൗരവമായിത്തന്നെ എടുത്തിരുന്നു. പിന്നീട് വനിതകോളേജ്വിദ്യാർത്ഥിനികൾക്കായി നടത്തിയ കഥാമത്സ രത്തിൽ താമസി എന്ന കഥയ്ക്കു സമ്മാനം കിട്ടി. അങ്ങനെ മുതിർന്നവ രുടെ കോളത്തിലും എഴുതാൻ തുടങ്ങി.

? ഒരു സ്ത്രീ എന്ന നിലയിൽ അടിച്ചമർത്തലുകൾ/ ഒതുക്കലുകൾ അക്കാദമിക് മേഖലയിൽ/ ഔദ്യോഗികമേഖലയിൽ രണ്ടാംതരമായി വിവേചനങ്ങൾ നേരിടേണ്ടി വന്നിട്ടുണ്ടോ?

ധാരാളം നേരിടേണ്ടി വന്നിട്ടുണ്ട്. എൺപതുകളിൽ എന്റെ കുട്ടി ക്കാലത്ത് സ്ത്രീകൾ മരണവീട്ടിലേക്കും വിവാഹവീട്ടിലേക്കും പിൻവാ തിലിലൂടെയാണ് ആൾക്കൂട്ടത്തിലേക്കു കയറിച്ചെന്നിരുന്നത്. വല്ലപ്പോഴും അതിന്റെ ഭാഗമായാൽത്തന്നെ കടുത്ത അമർഷവും നിന്ദയും അനുഭവ പ്പെട്ടിട്ടുമുണ്ട്. കൗമാരത്തിൽ ആൺകുട്ടികൾക്ക് പുറത്ത് കറങ്ങി നട ക്കാനും സിനിമയ്ക്ക് പോകാനും സ്വാതന്ത്ര്യം ലഭിച്ചപ്പോൾ പെൺകുട്ടി കളുടെ മേൽ വീടും സമൂഹവും കൂടുതൽ വിലക്കുകൾ ഏർപ്പെടുത്തുന്ന തായി അനുഭവപ്പെട്ടിട്ടുണ്ട്. വസ്ത്രധാരണത്തിൽ, പെരുമാറ്റത്തിൽ, അഭി പ്രായപ്രകടനങ്ങളിൽ എല്ലാം സമൂഹം അനുശാസിക്കുന്നതുപോലെ ജീവിക്കണം എന്ന ഒരു അഖിലിത നിയമം അദൃശ്യമായിട്ടുണ്ടായിരുന്നു.

അക്കാദമിക്മേഖലയിൽ പെൺകുട്ടികൾ പഠിക്കുന്നത് അത്ര പ്രധാ ന്യമുള്ള കാര്യമല്ല എന്ന രീതിയിലുള്ള കാഴ്ചപ്പാട് പല സമയത്തും അനുഭവിച്ചിട്ടുണ്ട്. കുടുംബം പോറ്റൽ ആണിന്റെ കടമയായതുകൊണ്ട്

പെണ്ണ് കഷ്ടപ്പെട്ട് പഠിച്ച് ജോലിചെയ്യേണ്ടതുണ്ടോ എന്നൊരു മൃദു സമീ പനം ഉണ്ടായിട്ടുണ്ട്. എന്നാൽ 12 വർഷത്തെ ഔദ്യോഗികരംഗത്ത് സ്ത്രീ എന്ന നിലയിൽ ചില പരിഗണനകൾ ലഭിക്കുകയാണ് ഉണ്ടായിട്ടുള്ളത്. ദീർഘയാത്രകളും അസമയത്തെ ജോലികളും സൗമന്യസത്തോടെ സഹ പ്രവർത്തകർ ഏറ്റെടുക്കാറുണ്ട്.

? വർത്തമാനകാല കേരളത്തിൽ വർദ്ധിച്ചുവരുന്ന സ്ത്രീ പീഡനങ്ങൾക്കു ഒരു പുതുമയും ഇല്ലാതായിരിക്കുന്നു. സാഹിത്യ ചലച്ചിത്ര മാധ്യമങ്ങൾ അതിനെ ആഘോഷമായി ചിത്രീകരിക്കുന്നുണ്ട്. ഇതിനെതിരെയുള്ള ബോധവല്ക്കരണങ്ങൾ എങ്ങനെ സാധിക്കും?

ഇതു പറയുമ്പോൾ ആദ്യത്തെ ചോദ്യം, പെൺകുഞ്ഞുങ്ങളെ നമ്മൾ വളർത്തുന്ന രീതി ശരിയാണോ എന്നതാണ്. മിക്ക വീടുകളിലും ഒന്നുകിൽ അമിതമായി കൊഞ്ചിച്ച് അല്ലെങ്കിൽ തീരെ അവഗണിച്ചാണ് പെൺകുട്ടികളെ വളർത്തുന്നത്. ഉയർന്ന മധ്യവർഗ്ഗകുടുംബങ്ങളിൽ മാതാപിതാക്കൾ പെൺമക്കൾക്കുവേണ്ടി എന്തു ത്യാഗവും സഹിക്കു ന്നതായിട്ടാണ് കണ്ടു വരുന്നത്. മക്കൾക്ക് കോളേജ് ആവശ്യത്തിനുള്ള പുസ്തകങ്ങൾ വാങ്ങിക്കൊണ്ടുവരുന്ന, ഫോട്ടോസ്റ്റാറ്റ് എടുത്തു കൊടു ക്കുന്ന, ഉടുപ്പ് തയ്പ്പിച്ചു കൊണ്ടുവരുന്ന മാതാപിതാക്കൾ പറയുന്നത് തങ്ങൾക്കു കിട്ടാതെ പോയ സൗഭാഗ്യങ്ങളെല്ലാം മക്കൾക്കു കൊടു ക്കുന്നു എന്നാണ്. ഇവരെല്ലാം പെൺകുട്ടികളുടെ സ്വത്വത്തെ നശിപ്പി ക്കുകയാണ് ചെയ്യുന്നത്. സ്ത്രീ എപ്പോഴും ആശ്രയിക്കപ്പെടേണ്ടവളാ ണെന്നും അവൾ അബലയും ചപലയുമാണെന്ന സങ്കല്പത്തെ ആണി യടിച്ചുറപ്പിക്കുകയാണ്. ഈ അലസമനോഭാവം പുരുഷന്മാരിൽ അധീ ശത്വമുണ്ടാക്കുന്നുണ്ട്. എന്തിനും താങ്ങുവേണ്ടവളാണ് സ്ത്രീയെന്ന് അവൻ സ്വന്തം വീട്ടിൽനിന്നു പഠിക്കുന്ന പാഠമാണല്ലോ.

അതുപോലെ പുതിയ കാലഘട്ടത്തിൽ ഓരോ മതവിഭാഗത്തിനും പ്രത്യേകം സ്കൂളുകളാണ്. മതത്തിന്റെ ചട്ടക്കൂടുകൾക്കിടയിൽ വളരുന്ന കുട്ടികൾക്കു ചുറ്റും വിലക്കുകളാണ്. നഴ്സറിക്ലാസിന്റെ മറുഭാഗത്തിരി ക്കുന്ന വിലക്കപ്പെട്ട കനിയെ ആസ്വദിക്കാനുള്ള ആഗ്രഹം അവനിൽ കുഞ്ഞുന്നാളിലേ ഉറഞ്ഞുകൂടിത്തുടങ്ങുകയായി. പരസ്പരം ആരോഗ്യ കരമായ ഇടപഴകലുകൾ ഉണ്ടെങ്കിൽ അവനു മനസ്സിലാക്കാനാവും അവളും തന്നെപ്പോലെ മനസ്സും വിചാര വികാരങ്ങളുമുള്ള, അമ്മയും അച്ഛനുമുള്ള മറ്റൊരു ജീവി മാത്രമാണെന്ന്. അല്ലാത്തപക്ഷം സിനിമ യിലെ സ്ത്രീ കഥാപാത്രങ്ങളിലൂടെയാവും അവൻ പെൺവർഗ്ഗത്തെ നോക്കിക്കാണുന്നത്. അവസരം കിട്ടിയാൽ കാണാനഴകുള്ള ആ കളി പ്പാട്ടത്തെ ഒന്നു നന്നായി കാണാനും അവൻ ശ്രമിച്ചേക്കും.

എങ്കിലും ഇത്തരം കാര്യങ്ങളിൽ സമുദായം കൂടുതൽ പഴഞ്ചൻ രീതികളിലേക്കു മടങ്ങിപ്പോവുകയാണ്. അതോടൊപ്പം ചങ്ങല പൊട്ടി ക്കുന്നവരുടെ എണ്ണം കൂടി വരികയും. ആസക്തമായ ഒരു പുരുഷ

സമൂഹം ഇരകളെത്തേടി നടക്കുകയാണെങ്ങും. നമ്മുടെ സിനിമകളും പ്രകീർത്തിക്കുന്നത് അത്തരം പൗരുഷത്തെയാണ്. തന്റേടിയായ പെണ്ണിന്റെ മുഖത്തടിക്കുന്ന, ചാരിത്ര്യം സംരക്ഷിക്കാൻ വാക്കത്തിയു മായി അന്തിയുറങ്ങുന്ന പെണ്ണിന്റെ ചുണ്ടു കടിച്ചു മുറിക്കുന്ന, കളക്ട റോട് നീ വെറും പെണ്ണാണ് എന്നു ഓർമ്മപ്പെടുത്തിക്കൊടുക്കുന്ന, കോളേജിലെ ഓവർസ്മാർട്ടായ പെൺകുട്ടിയോട് ഞാൻ ഒന്ന് അറിഞ്ഞു വിളയാടിയാൽ നീയൊക്കെ പുളിമാങ്ങ തിന്നുമെന്ന വീരവാദം മുഴക്കുന്ന നമ്മുടെ വീരനായകർ സ്ക്രീനിൽ പ്രത്യക്ഷപ്പെടുമ്പോൾ ഹർഷാരവ ത്തോടെ സ്വീകരിച്ചവരാണു നാം. ഇത്തരം പൗരുഷങ്ങൾ ഒന്നടങ്കം പ്രഖ്യാപിക്കുന്നത് ഒന്നാണ്. സ്ത്രീ എത്ര ഉന്നത പദവിയിലായിക്കൊ ള്ളട്ടെ അവളെ സമൂലം നശിപ്പിക്കാൻ കെല്പുള്ള ഒരു ആയുധവുമാ യാണ് പുരുഷൻ സദാസമയവും നടക്കുന്നത് എന്ന സന്ദേശം. അതു പോലെ നമ്മുടെ മിക്ക സിനിമകളിലും കാണാം ഒരുപാടു സ്ത്രീകളു മായി ബന്ധമുള്ള ധീരപുരുഷനെക്കാത്ത് ചാരിത്ര്യശുദ്ധിയോടെ ജീവി ക്കുന്ന ഒരു പഴയ കാമുകി. അഥവാ വിധിവൈപരീത്യം കൊണ്ട് അവൾ വിവാഹിതയായിട്ടുണ്ടെങ്കിൽത്തന്നെ മിക്കവറും ഭർത്താവ് വിവാഹരാ ത്രിയിൽത്തന്നെ മരിക്കുകയോ അപകടത്തിൽപ്പെട്ട് അരയ്ക്ക് താഴെ തള രുകയോ ചെയ്തിട്ടുണ്ടാകും! ചാരിത്ര്യം പെണ്ണിനുള്ളതാണെന്ന ബോധ മാണ് ഇത്തരം സിനിമകൾക്ക് പ്രേരണയാകുന്നത്. ഇതെല്ലാം മാറാത്തി ടത്തോളം പെണ്ണിന്റെ സുരക്ഷിതത്വം വെറും ജലരേഖയാണ്.

? ആദ്യ സമാഹാരമായ വൈ ടു കെ പുതുനൂറ്റാണ്ടിന്റെ വ്യഥകൾ, കച്ചവടതന്ത്രങ്ങൾ എന്നിവ അല്ലേ വ്യക്തമാക്കിയത്.

അതെ. 21-ാം നൂറ്റാണ്ടിന്റെ തുടക്കത്തിലെഴുതിയ കഥയാണ് വൈ ടു കെ. പ്രതിസന്ധിയെ നേരിടാനായി അമേരിക്കയിലേക്കും മറ്റും മലയാളികൾ ചേക്കേറിയിരുന്ന കാലം. പല വീടുകളിലും വൃദ്ധരായ അച്ഛനമ്മമാർ മക്കളെയും കാത്ത് കഴിയുന്ന അവസ്ഥ നേരിൽ കണ്ട പ്പോൾ വല്ലാത്ത അസ്വസ്ഥത തോന്നിയിട്ടുണ്ട്. ആരെയും കുറ്റം പറയാ നാവില്ല. കരിയർ എന്ന ലക്ഷ്യത്തോടെ ജീവിക്കുന്ന മക്കൾ, നാടുവി ടാൻ താല്പര്യമില്ലാത്ത വൃദ്ധജനങ്ങൾ. പഴയ വസ്തുക്കളെ തിരസ്ക രിച്ച് പുതിയതിനെ വാരിപ്പുണരാൻ കൊതിക്കുന്ന യുവത്വം. അതിൽ നിന്നൊക്കെയാണ് വൈ ടു കെ എന്ന കഥ രൂപമെടുത്ത്. മലയാള മനോ രമയുടെ കഥാമത്സരത്തിൽ ആ കഥയ്ക്ക് ഒന്നാം സ്ഥാനം ലഭിച്ചു.

? സ്ത്രീ അനുഭവങ്ങൾ ദുരിതപൂർണ്ണമാണ്. കേരളീയ സമൂഹത്തിലെ ഒരു സാധാരണ കുടുംബത്തിലെ യഥാർത്ഥ ചിത്രമാണ് വേനൽ എന്ന കഥയിൽ. വിവാഹിത എന്നാൽ എല്ലാം സഹിക്കുന്നവൾ എന്ന രീതിയിൽ ആകണോ? ഭർത്യമതിക്ക് സ്വന്തം വീട് അഭയം ആകാത്ത അവസ്ഥ കേരളീയ സമൂഹത്തിൽ വർദ്ധിച്ചുവരുന്നു.

വിവാഹം എന്ന ലക്ഷ്യത്തിനുവേണ്ടി മാത്രം വളർത്തുന്നതുപോ
ലെയാണ് മിക്ക കുടുംബങ്ങളിലും ഇന്നും പെൺകുട്ടികളെ വളർത്തു
ന്നത്. സൂക്ഷിക്കാനേല്പിച്ച വസ്തു കേടുകൂടാതെ അവകാശിക്കു കൊടു
ക്കുക എന്ന മനോഭാവം പല മാതാപിതാക്കൾക്കുമുണ്ട്. വേനൽ എന്ന
കഥ എനിക്കു പരിചിതമായ ഒരു വിവാഹ ബന്ധം തന്നെയാണ്. മക
ളോടു സ്നേഹമുണ്ടെങ്കിലും അവളെ സംരക്ഷിക്കാൻ വൃദ്ധരും ദരിദ്ര
രുമായ മാതാപിതാക്കൾക്കാവില്ല എന്ന തിരിച്ചറിവുകൊണ്ടാണ് വേന
ലിലെ മാതാപിതാക്കൾ മകളെ തിരസ്കരിക്കുന്നത്. കഷ്ടപ്പെട്ട് കടം
വാങ്ങിയോ വീടു പണയപ്പെടുത്തിയോ വിവാഹം ചെയ്തു വിട്ട മകൾ
കുട്ടികളും കുടുംബവുമായി തിരിച്ചുവന്നാൽ മുഖം കറുപ്പിക്കാതെ സ്വീക
രിക്കുന്ന എത്ര മാതാപിതാക്കളുണ്ട്? റെയിൽപ്പാളത്തിൽ യുവതിയുടെയും
കുട്ടികളുടെയും ജഡം കണ്ടെത്തിയെന്ന വാർത്ത നമ്മൾ ഇടയ്ക്കിടെ
വായിക്കുന്നത് അതുകൊണ്ടാണ്.

? ലൈംഗിക അരാജകത്വത്തിനു പരിഹാര നിർദ്ദേശങ്ങൾ അവതരിപ്പിച്ച
പ്ലേ സ്റ്റേഷൻ എന്ന കഥ എഴുതാൻ പ്രചോദനം എന്താണ്.

ഷൊർണ്ണൂർ പാസഞ്ചറിലെ സൗമ്യയുടെ ദാരുണമായ അന്ത്യം.
അതിൽ നിന്നുണ്ടായ അമർഷം, നിസ്സഹായാവസ്ഥ. അതോടൊപ്പം
വളരെ വേണ്ടപ്പെട്ട ഒരാളുടെ അപ്രതീക്ഷിതമായ മരണം. എല്ലാം കൂടി
എന്നെ കടുത്ത മനോവേദനയിലേക്കും ശാരീരികമായ അസുഖങ്ങളി
ലേക്കും നയിച്ചു. കുറേ ദിവസങ്ങൾ പുറത്തിറങ്ങാനാവാതെ സ്വയം
തീർത്ത തടവറയിൽ ചെലവഴിച്ചു. ആ സമയത്താണ് പ്ലേ സ്റ്റേഷൻ എഴു
തുന്നത്. ഒറ്റയിരുപ്പിൽ പൂർത്തിയാക്കിയ കഥയാണത്. എഴുതിക്കഴിഞ്ഞ
പ്പോൾ ഒരുപാടാശ്വാസം തോന്നി.

? വർദ്ധിച്ചുവരുന്ന പീഡനങ്ങൾ- അതിനു ശാശ്വതമായ പരിഹാരം
കാണുവാൻ ഭരണകൂടങ്ങൾക്കുപോലും കഴിയുന്നില്ല. ആ ഒരു സാഹ
ചര്യത്തിൽ ഷീബ ഇ കെ ഒരു പരിഹാരം കണ്ടെത്തിയല്ലോ? ആർട്ടിഫി
ഷ്യൽ സെക്സ് ഓർഗൻസ് പുരുഷന്മാർക്കു കൊടുത്താൽ പെൺജീവി
തങ്ങൾ ഇവിടെ സുരക്ഷിതമാകുമെന്നത് കാല്പനിക ഭാവന മാത്രമല്ലേ?
സമൂഹത്തിൽ ഇത് എത്രത്തോളം സ്വീകരിക്കപ്പെടും.

നേരത്തെ പറഞ്ഞതുപോലെ പെൺകുട്ടികളെ വളർത്തുന്ന രീതി
മാറേണ്ടതുണ്ട്. അതുപോലെ വളരെ ആരോഗ്യപരമായ ഇടപഴകലുകൾ
ആണിനും പെണ്ണിനുമിടയിൽ വേണം. ശരിയായ ലൈംഗികവിദ്യാഭ്യാസം
കൊടുക്കണം. മദ്യപാനം നിയന്ത്രണവിധേയമാക്കണം. എല്ലാറ്റിനുമുപരി
നിയമങ്ങൾ ശക്തവും കഠിനവുമാകണം. പ്ലേ സ്റ്റേഷൻ ഒരു പരിഹാര
മാർഗ്ഗം എന്ന നിലയിലല്ല ഞാൻ എഴുതിയത്. അമർഷം പ്രകടിപ്പിക്കാൻ
ഞാനും ആ കഥയിലെ അച്ഛനും കണ്ടെത്തിയ മാർഗ്ഗം കൂടിയാണത്.
നമ്മുടെ സദാചാരസംഘടനകൾ എതിർക്കുമായിരിക്കും, എങ്കിലും

ലൈംഗികത്തൊഴിലാളികൾക്ക് ഒരു പരിധിവരെ മറ്റു സ്ത്രീകൾക്കെതി രെയുള്ള പുരുഷന്മാരുടെ കാമാക്രമണത്തെ തടയാനാവും എന്നെനിക്കു തോന്നിയിട്ടുണ്ട്. വെകിലി പിടിച്ചു നടക്കുന്ന നേരത്ത് അവനെ തൃപ്തി പ്പെടുത്താനുമുള്ള ഉപകരണം എന്നേ ഞാൻ ഉദ്ദേശിച്ചുള്ളൂ. കഥയിൽ പറയുന്നതുപോലെ ചിലപ്പോൾ അതുപയോഗിച്ച് ആർത്തി തീർന്നാൽ വഴിയേ പോകുന്ന ഒരു പാവം പെൺകുട്ടിയെ വെറുതെ വിടാൻ തോന്നി യാലോ എന്നൊരു പ്രതീക്ഷ. അങ്ങനെ പറയാൻ കാരണം കൊച്ചു പെൺകുട്ടികളെ മാനഭംഗം ചെയ്തു കൊന്നവരെല്ലാം പെട്ടെന്നുണ്ടായ ഒരു തോന്നലിൽ ചെയ്തതാണ്. ആ സമയത്ത് അങ്ങനെ ഒരു ഇരയെ കിട്ടിയില്ലായിരുന്നെങ്കിൽ തേടിപിടിച്ചു പോകാനുള്ള തയ്യാറെടുപ്പില്ലായി രുന്നു പലർക്കും. ചിലർ ഇര മുന്നിൽ വന്നു പെട്ടതുകൊണ്ട് ചെയ്തു പോയതാണ്. തൃഷ്ണകളുണരുന്ന സന്ദർഭങ്ങളിൽ താല്ക്കാലികമായി ചിലർക്ക് അതുപകാരപ്പെട്ടേക്കാം. വിദേശരാജ്യങ്ങളിൽ പലരും ആർട്ടി ഫിഷ്യൽ സെക്സ് ഓർഗൻസ് ഉപയോഗിക്കുന്നതായി വായിച്ചറിഞ്ഞു.

? വികൃതിക്കാരനായ കുട്ടി കളിച്ചു മടുക്കുമ്പോൾ കളിപ്പാട്ടത്തെ അവൻ ഉപേക്ഷിക്കുമെന്ന സ്ട്രാറ്റജി അത് എത്രത്തോളം വർക്ക് ഔട്ട് ആകും. കളിക്കുന്ന ഒരുവൻ കളിപ്പാട്ടത്തേക്കാൾ സുഖം ഒറിജിനൽ വസ്തുവിന് ഉണ്ടെന്നു വിശ്വസിച്ച് ഇറങ്ങിപ്പുറപ്പെട്ടാൽ ലൈംഗിക അരാജകത്വം ഉണ്ടാകില്ലേ? കാണിച്ച/പഠിച്ച വൈകൃതങ്ങൾ പരീക്ഷിക്കാൻ ഇറങ്ങിപ്പുറപ്പെട്ടാൽ.

ഊണുകഴിക്കാൻ ഉദ്ദേശിച്ച് കിട്ടിയില്ലെങ്കിൽ കൈയിൽ ബിസ്കറ്റ് ഉണ്ടെങ്കിൽ താല്ക്കാലികമായി വിശപ്പടക്കുകയില്ലേ. ചിലപ്പോൾ അതോടെ വിശപ്പു കെട്ടുപോകുകയും ചെയ്യും. അത്തരം ഒരു പ്രതീക്ഷ യോടെയാണ് നിസ്സഹായനായ ആ അച്ഛൻ കളിപ്പാട്ടവുമായി ഇറങ്ങി യത്. വേറൊന്നും ചെയ്യാനില്ല അയാൾക്ക്.

? സാമ്പ്രദായിക മുസ്ലീം സ്ത്രീകളുടെ ജീവിതം/അനുഭവം/പരിമിതികൾ ഇവ ഒന്നു വിശദീകരിക്കുമോ.

സമുദായം, മതം, പുരുഷൻ എന്ന അതിരുകൾക്കുള്ളിലാണ് സാമ്പ്ര ദായിക മുസ്ലീം സ്ത്രീയുടെ ജീവിതം. എല്ലാ സുരക്ഷിതത്വവും നല്കു ന്നെന്ന് മതനിയമങ്ങൾ ഉറപ്പുപറയുമ്പോഴും ഒരു സുരക്ഷിതത്വവും ഇല്ലാ ത്തവളാണ് അവൾ. മുസ്ലീംസ്ത്രീകൾക്ക് വിവാഹിതരാവുമ്പോൾ മഹർ നല്കണമെന്നാണ് മതം പറയുന്നത്. അവളിൽനിന്ന് സ്ത്രീധനം ആവ ശ്യപ്പെടാനല്ല. എന്നാൽ സമുദായത്തിൽ കണ്ടു വരുന്നത് കനത്ത തുക സ്ത്രീധനം വാങ്ങുന്നതാണ്. മിക്കവാറും പെൺവീട്ടുകാർ കൊടുക്കുന്ന സ്ത്രീധനത്തിൽ നിന്നാണ് ആൺവീട്ടുകാർ വധുവിന് അവകാശപ്പെട്ട മഹറും വസ്ത്രങ്ങളും വാങ്ങുന്നതും കല്യാണച്ചെലവുവഹിക്കുന്നതും. പിന്നെ സൗന്ദര്യം പ്രധാനമാണ്. ഭംഗിയില്ലാത്തവളും പ്രായം കടന്നവളും

പടിക്കുപുറത്താണ്. അവരെ നിർബ്ബന്ധമായി അന്യസംസ്ഥാനക്കാര
ന്റെയോ പ്രായം ചെന്നയാളിന്റെയോ കൂടെ വിവാഹം കഴിപ്പിച്ചയക്കും.
ഇതെല്ലാം സമുദായം അറിഞ്ഞുകൊണ്ടു തന്നെയാണ് നടക്കുന്നത്.
ഇത്തരം അനാചാരങ്ങൾ തടയാൻ ഒരു മതനേതാക്കളും ഇടപെടാറില്ല.
നിരവധി പെൺകുട്ടികൾ വിവാഹഭാഗ്യം കാത്ത് കഴിയുന്നത് മനുഷ്യാ
വകാശ ലംഘനമെന്നേ പറയാനുള്ളൂ. വിവാഹിതയായി എന്നു വെച്ച്
സുരക്ഷിതത്വം ഇല്ല. ഏതു നിമിഷവും മൊഴിചൊല്ലപ്പെടുകയോ ഭർത്താ
വിന്റെ രണ്ടാം വിവാഹത്തിനു സാക്ഷിയാവുകയോ ചെയ്തേക്കാം.
സ്വന്തം ചിന്തയും വ്യക്തിത്വവുമുള്ള പെണ്ണിനെ ഭാര്യയായി അംഗീകരി
ക്കാൻ ഭൂരിഭാഗവും മടിക്കുന്നു. അവൾ പുരുഷന്റെ കണ്ണിലൂടെ ലോകം
കണ്ടാൽ മതി എന്നാണ് പലരുടെയും തീരുമാനം. അവളുടെ ചിന്തക
ളിലും പ്രവൃത്തികളിലും വേഷത്തിൽവരെ ഈ ഇടപെടലുകളുണ്ട്. ഇതി
നെല്ലാമിടയിൽപ്പെട്ടു വലയുന്ന ധാരാളം സ്ത്രീകളെ കണ്ടിട്ടുണ്ട്. ഉയർന്ന
ഇത്തരക്കാർക്കിടയിൽ ഇപ്പോൾ പെൺകുട്ടികൾക്ക് നല്ല വിദ്യാഭ്യാസം
നല്കി വരുന്നുണ്ട്. എങ്കിലും വിവാഹമാർക്കറ്റ് ഇപ്പോഴും സൗന്ദര്യം,
സ്വത്ത്, അനുസരണ എന്നീ മാനകങ്ങളിൽത്തന്നെയാണ് നിലകൊള്ളു
ന്നത്. അതുകൊണ്ടുതന്നെ പെൺകുട്ടികൾ പലരും വിദ്യാഭ്യാസം
പൂർത്തിയാക്കുന്നതോടൊപ്പം സ്വയം ജീവിതപങ്കാളിയെയും കണ്ടുപിടി
ക്കാൻ തുടങ്ങിയിട്ടുണ്ട്. വിവാഹക്കമ്പോളത്തിലെ ലേലവില്പന ആത്മാ
ഭിമാനമുള്ള പെണ്ണിന് സഹിക്കാനാവില്ല എന്നതാണ് ഇതിനു കാരണം.

*? ഇപ്പോഴും കാലത്തിന്റെ മാറ്റങ്ങളെ പത്ത് ശതമാനം മുസ്ലീംസ്ത്രീകൾ
മാത്രമേ സ്വീകരിക്കുന്നുള്ളൂ. പാരമ്പര്യങ്ങൾ/വിശ്വാസങ്ങൾ എന്നിവ
ആണോ അക്കാദമിക്നിലവാരം ഉണ്ടായിട്ടും ഇവരെ പുറകോട്ടടിക്കുന്നത്.*

പാരമ്പര്യങ്ങളും വിശ്വാസങ്ങളും പിന്നോക്കം വലിക്കുന്നുണ്ട് എന്നെ
നിക്കു തോന്നിയിട്ടുണ്ട്. സ്വയം ചോദ്യങ്ങൾ ചോദിക്കുന്ന സ്ത്രീകൾക്കു
തന്നെയും അത് ഉറക്കെ പറയാൻ ഭയമാണ്. സമൂഹം പുറംതള്ളുമോ
എന്ന ആശങ്ക. സ്വന്തം നാട്ടിൽ പർദ്ദ ധരിച്ച ചില സ്ത്രീകൾ കേരള
ത്തിനു പുറത്തും വിദേശത്തും ജീവിക്കുമ്പോൾ വളരെ മോഡേൺ ആയ
വേഷങ്ങൾ അണിയുന്നത് കണ്ടിട്ടുണ്ട്. ചിലർ അത് ഫേസ്ബുക്കിലും
മറ്റും പോസ്റ്റ് ചെയ്തിട്ടുമുണ്ട്. സ്വന്തം നാട്ടിൽ അങ്ങനെ നടക്കാൻ
അവർക്കു ഭയമാണ്.

*? മലയാളിയുടെ കപട സദാചാര സങ്കല്പങ്ങളെ ചോദ്യം ചെയ്യുന്നതല്ലേ
ഡാം എന്ന കഥ.*

തീർച്ചയായും. മലയാളിക്ക് വലിയ അഭിമാനമാണ്. അഹംഭാവമാണ്.
മറ്റുള്ളവരെക്കാൾ മികച്ചതാണെന്ന വിചാരവുമുണ്ട്. എന്നാൽ ഒരുപാട്
കാപട്യങ്ങൾ ഉള്ളിൽ കൊണ്ടുനടക്കുന്നവരാണ് ബസിൽ അടുത്തൊരു
സ്ത്രീ വന്നിരുന്നാൽ അഹങ്കാരിയെന്ന മട്ടിൽ നോക്കുന്ന, അല്ലെങ്കിൽ

വെറുപ്പോടെ എഴുന്നേറ്റു പോകുന്നവൻ നല്ല ഇരുട്ടത്തോ ആൾക്കൂട്ട ത്തിലോ അവളെ സൗകര്യത്തിനു കിട്ടിയാൽ ഒന്നു തഴുകിക്കടന്നു പോകാൻ മടിക്കാറില്ല. സദാചാരം കൂടുതലുണ്ട് എന്നു പറയപ്പെടുന്ന മലപ്പുറം ജില്ലയിൽപ്പോലും വെറുതെ നടക്കുമ്പോൾ കൈ ഒരു പ്രത്യേക രീതിയിൽ വളച്ചുവച്ചു പോകുന്ന മദ്ധ്യവയസ്സു കടന്നവരെ കണ്ടിട്ടുണ്ട്. കടന്നു പോകുമ്പോൾ അവരുടെ കൈ നമ്മുടെ ദേഹത്ത് ഉരസും. അറി യാതെ തട്ടിയതാണോ എന്നു നമ്മൾ സംശയിച്ചു നില്ക്കുമ്പോൾ അവ്യ ക്തമായ ഒരു അശ്ലീലവാക്ക് പിറുപിറുത്തുകൊണ്ട് അയാൾ സംതൃപ്തി യോടെ നടന്നു പോവുകയാവും. പെണ്ണിനെ നോക്കില്ല അവർ. അത് സദാചാരലംഘനമാണല്ലോ.

? ഡൽഹി പീഡനത്തിൽ അമിതാവേശം കാട്ടി പ്രതിഷേധിച്ച മലയാളി, കണ്ണൂരിൽ പീഡിപ്പിക്കപ്പെട്ട ബംഗാളിപ്പെണ്ണിന്റെ കാര്യത്തിൽ നിശ്ശബ്ദത പാലിക്കുകയാണുണ്ടായത്. ഇതിനെ എങ്ങനെ കാണുന്നു.

ദില്ലി പെൺകുട്ടി വിദ്യാഭ്യാസമുള്ള, ആധുനിക ജീവിതം ജീവി ക്കുന്ന ഒരു മോഡേൺ പെൺകുട്ടിയായിരുന്നു. ആ പെൺകുട്ടിയുടെ ആൺസുഹൃത്ത് നല്ല സ്വാധീനമുള്ള വ്യക്തിയായിരുന്നുവെന്നും കേട്ടു. അവർക്ക് രാജ്യത്തെ വിദ്യാർത്ഥി സമൂഹത്തിന്റെ പിന്തുണയും കിട്ടി. പോരാത്തതിന് തലസ്ഥാന നഗരിയിൽ നടന്ന സംഭവമായതും ശ്രദ്ധി ക്കപ്പെട്ടു.

കണ്ണൂരിൽ പീഡിപ്പിക്കപ്പെട്ട ബംഗാളിപെൺകുട്ടി കൂലിവേല ചെയ്യുന്ന കാമുകനെത്തേടിവന്ന ദരിദ്രയും വിദ്യാഭ്യാസമില്ലാത്തവളും സ്വാധീനമില്ലാത്തവളുമായിരുന്നു. മാത്രവുമല്ല കേരളത്തിലെ ഒരു ഗ്രാമ ത്തിൽ വച്ചു നടന്ന സംഭവം പുറംലോകം അത്ര അറിഞ്ഞതുമില്ല. ദില്ലി യിൽ തന്നെ നിരന്തരം പെൺകുട്ടികൾ ഉപദ്രവിക്കപ്പെടുന്നത് വാർത്ത യാകുന്നില്ല. വിദ്യാർത്ഥികളുടെ ഇടപെടലാണ് ഇതിനെ മുഖ്യധാരയിൽ കൊണ്ടുവന്നത്. പിന്നെ സമൂഹത്തിന്റെ പുറംപോക്കുകളിൽ ജീവിക്കു ന്നവരുടെ ജീവിതങ്ങൾ ചർച്ച ചെയ്യാനും അവർക്കു വേണ്ടി വാദിക്കാനും അധികം ആളുകൾ ഉണ്ടാവില്ലല്ലോ.

? ശേഷം ചിന്ത്യം എന്ന കഥ ലക്ഷ്മിക്കുട്ടിയമ്മ എന്ന വൃദ്ധയുടെ ശരീരം പോലും ആസക്തികളിൽനിന്നു മാറ്റി നിർത്തപ്പെടുന്നില്ല എന്നാണ് കാണി ക്കുന്നത്.

ശേഷം ചിന്ത്യം ഞാൻ ആദ്യം ജോലി ചെയ്തിരുന്ന സ്ഥലത്തിന ടുത്തുള്ള മലയോരപ്രദേശത്തു നടന്ന സംഭവമാണ്. കുളിക്കാൻ പോയ വൃദ്ധയെ മകന്റെ പ്രായമുള്ള ഒരുത്തൻ പീഡിപ്പിച്ചു കൊലപ്പെടുത്തി. നല്ല സുന്ദരിയായ ഒരു സ്ത്രീ. വല്ലാതെ സങ്കടപ്പെടുത്തിയ ഒരു സംഭവ മാണത്. സ്ത്രീസുരക്ഷ ഒരുവാക്കിലോ പ്രവൃത്തിയിലോ ആർജ്ജിക്കാ നാവില്ല. അത് സമൂഹത്തിന്റെ സംസ്കാരത്തിലൂടെയേ സാദ്ധ്യമാകുക

യുള്ളൂ. അതുപോലെ നിയമങ്ങൾ കർശനമാകുകയും വേണം.

? മാതൃദേവോ ഭവ: എന്ന കഥ ആക്ഷേപഹാസ്യത്തിന്റെ സൂചനകൾ നല്കുന്നു. അമ്മ എന്ന സങ്കല്പത്തിന്റെ പൊളിച്ചെഴുത്ത് അതിലുണ്ട്. ഇത്തരമൊരു സമീപനം.

പൊതുവെ നമ്മുടെസമൂഹത്തിൽ വളർന്നുവരുന്ന പെൺകുട്ടി കൾക്ക് മാർഗ്ഗനിർദ്ദേശം നല്കിയിരുന്നത് അമ്മമാരാണ്. എന്നാൽ ഇപ്പോ ഴത്തെ അമ്മമാരിൽ പലരും പെൺകുട്ടികളെ പ്രദർശനവസ്തുവായും വിൽപനച്ചരക്കായും കൊണ്ടുനടക്കുന്നത് ധാരാളം കണ്ടിട്ടുണ്ട്. മക്കളോട് സുഹൃത്തിനെപ്പോലെയാവണം എന്നുള്ളത് എങ്ങനെ പാലിക്കണം എന്ന റിയാതെ സ്വയം പരിഹാസപാത്രമായിത്തീർന്ന ഇത്തരം അമ്മമാരെ ഉദ്ദേ ശിച്ചുള്ളതാണ് മാതൃ ദേവോ ഭവഃ.

? നീലലോഹിതത്തിൽ പെൺപ്രതിരോധത്തിന്റെ ഇടങ്ങൾ ലോഹിത എന്ന പെൺകുട്ടി സൃഷ്ടിക്കുന്നു? ഇത്തരം ആർജ്ജവം സ്ത്രീകൾ പൊതുവിൽ പ്രകടിപ്പിക്കാറില്ല.

സ്ത്രീകൾ ജാഗ്രതയോടെ ജീവിക്കണം. ചുറ്റും നടക്കുന്ന സംഭവ ങ്ങൾ അതാണു പഠിപ്പിക്കുന്നത്. സ്വന്തം അവകാശങ്ങളെക്കുറിച്ചെങ്കിലും ബോധവതിയാകണം. അതു നേടിയെടുക്കാൻവേണ്ടി കരുത്താർജ്ജി ക്കണം. പക്ഷേ, നിരാശാജനകമായ രീതിയിലാണ് മിക്ക സ്ത്രീകളും പെരുമാറുന്നത്. ഉദാഹരണമായി ബസിൽ സ്ത്രീകൾക്കായി സംവരണം ചെയ്ത സീറ്റുകളുടെ കാര്യം എടുക്കാം. ജോലി സ്ഥലത്തു നിന്ന് ഞാൻ പതിവായി കയറുന്ന സർക്കാർ ബസുകളിൽ സ്ത്രീകളുടെ സീറ്റിൽ ചില പ്പോൾ പുരുഷന്മാർ ഇരിക്കുന്നുണ്ടാവും. ചിലർ സ്ത്രീകളെ കണ്ടാൽ മാറിത്തരും. ചിലരാവട്ടെ ചോദിച്ചാൽ എഴുന്നേല്ക്കാം എന്ന മട്ടിലായി രിക്കും. എന്നാൽ 90 % സ്ത്രീകളും സീറ്റ് ചോദിക്കാറില്ല. ചില പുരുഷ ന്മാർ സീറ്റു മാറിത്തരില്ല. അപ്പോൾ കണ്ടക്ടറോട് പറയേണ്ടി വരും. സ്വതവെ അങ്ങനെ ചെയ്ത് പുരുഷന്മാരെ എണീപ്പിച്ച് ഇരിക്കുന്ന സ്ത്രീ കളോട് പൊതുവേ ഒരു അനിഷ്ടം ആളുകൾ കാണിക്കുന്നത് കണ്ടി ട്ടുണ്ട്. ഒരു ചെറുപ്പക്കാരനും ഭാര്യയും ഭാര്യയുടെ അച്ഛനും കൂടി ലേഡീസ് സീറ്റിൽ യാത്ര ചെയ്യുമ്പോൾ സീറ്റ് ആവശ്യപ്പെട്ട എന്നോട് കുറേ തർക്കിച്ച ചെറുപ്പക്കാരൻ അമ്മായിയപ്പനെ എഴുന്നേല്പിക്കുകയും വൃദ്ധനെ എണീപ്പിച്ചു സീറ്റു കൈയടക്കിയ ഭയങ്കരി എന്ന ഭാവത്തിൽ എന്നെ നോക്കിയ യാത്രക്കാരായ ചെറുപ്പക്കാരിലൊരാൾ സൗമനസ്യ ത്തോടെ എഴുന്നേറ്റ് വൃദ്ധന് സീറ്റുകൊടുക്കുകയും ചെയ്തപ്പോൾ എന്നോടുള്ള അനിഷ്ടമാണ് അവിടെ പ്രകടമായത്. സൗമ്യയും സുശീ ലയുമായ മലയാളി മങ്കയുടെ ഇമേജ് പോകുന്നത് സ്ത്രീകൾക്ക് ഇഷ്ട മില്ല. അതുകൊണ്ട് അവകാശങ്ങൾ ലഭിക്കുമോ എന്നൊരു ഭാഗ്യപരീ ക്ഷണത്തിനുപോലും അവർ മുതിരുന്നില്ല. അതിനുപോലും തയ്യാറാ

വാത്തവർ സ്വന്തം വ്യക്തിത്വത്തോടുണ്ടാവുന്ന പീഡനങ്ങളെ എങ്ങനെ നേരിടും? സ്ത്രൈണത നഷ്ടമാവാതെതന്നെ നമുക്കു പ്രതികരിക്കാനാവും.

? കുടുംബം/ദാമ്പത്യം എന്നീ സ്ഥാപനങ്ങളെ ഒരു സ്ത്രീ എന്ന നിലയിൽ എങ്ങനെ വിലയിരുത്തുന്നു. കുടുംബത്തിനുള്ളിൽ തളയ്ക്കപ്പെടുന്ന സ്ത്രീരൂപങ്ങൾ ഷീബയുടെ കഥകളിൽ കാണാം. കാലത്തിന്റെ മാറ്റങ്ങൾ കുടുംബത്തിൽ എത്തിയില്ല എന്നാണോ അർത്ഥമാക്കുന്നത്.

കുടുംബം, ദാമ്പത്യം എന്നതെല്ലാം സമൂഹത്തിന്റെ ലോ ആന്റ് ഓർഡർ പാലിക്കപ്പെടുന്നതിനായി ഉണ്ടാക്കിയെടുത്ത സങ്കല്പങ്ങളാണ്. കുടുംബമായി എന്നതുകൊണ്ട് ഹൃദയബന്ധങ്ങൾ ഉണ്ടാവണമെന്നില്ല. ദമ്പത്യവും അതുപോലെതന്നെ. പരസ്പരം താങ്ങുംതണലുമാവുന്ന പങ്കാളിയുണ്ടാവുന്നത് വളരെനല്ല കാര്യമാണ്. കുടുംബവും ദാമ്പത്യവുമെല്ലാം എക്കാലത്തും നിലനില്ക്കുന്നതു തന്നെയാണ് നല്ലത്. പക്ഷേ പരസ്പരം തടവറയിലിടലാവരുത് ദാമ്പത്യം. കാലാകാലമായി സ്ത്രീകളിൽ അടിച്ചേല്പിക്കപ്പെട്ടിട്ടുള്ള ചുമതലകളിലും ഉത്തരവാദിത്വങ്ങളിലും കാലത്തിന്റെ മാറ്റങ്ങൾ വളരെക്കുറച്ചു മാറ്റങ്ങളേ വരുത്തിയിട്ടുള്ളു എന്നാണ് എനിക്ക് തോന്നിയിട്ടുള്ളത്. വിദ്യാഭ്യാസം, ജോലി തുടങ്ങിയ വയിൽ വൻ കുതിച്ചുചാട്ടം നടത്തിയിട്ടും സ്ത്രീകളുടേതെന്ന് പരമ്പരാഗതമായി സമൂഹം കല്പിച്ചുനല്കിയ ഭാരിച്ച ചുമതലകൾ അവളിലിപ്പോഴുമുണ്ട്. അധികഭാരം ചുമക്കുകയാണെന്നു പറയാം. ഓഫീസ് കഴിഞ്ഞ് സ്ത്രീകൾ വീട്ടിലേക്കോടുവാനുള്ള പരക്കംപാച്ചിലാണ്. വൈകുന്നേരങ്ങളിലെ അലസനടത്തങ്ങളോ വിനോദങ്ങളോ കൊച്ചു വർത്തമാനമോ ഒന്നും അവർക്ക് ആസ്വദിക്കാനാവില്ല. കാരണം വീട്ടിൽ രാത്രി ഭക്ഷണം തയ്യാറാക്കണം, കുട്ടികളെ പഠിപ്പിക്കണം അങ്ങനെ നൂറു കാര്യങ്ങൾ. അതേസമയം അവരുടെ ഭർത്താക്കന്മാർ ജോലിസമയം കഴിഞ്ഞ് ബാറിലോ ക്ലബ്ബിലോ ലൈബ്രറിയിലോ കളിസ്ഥലത്തോ ഒക്കെ കൂട്ടുകാർക്കൊപ്പം സമയംചെലവിട്ട് ഏറെവൈകി ഭക്ഷണം കഴിക്കാനാകും വീട്ടിലെത്തുന്നത്. മിക്കവാറും ഉദ്യോഗസ്ഥരായ സ്ത്രീകൾക്ക് പത്രവായന പോലുമില്ല. എവിടെയാണ് അതിന് നേരം എന്നു പറയുന്നവർ മിക്കവരും മദ്ധ്യവർഗ്ഗകുടുംബങ്ങളിലെ സ്ത്രീകളാണ്. സാമ്പത്തികമായി നമ്മൾ ബഹുദൂരം മുന്നോട്ടുപോയി, അടുക്കളയിൽ ആധുനിക ഉപകരണങ്ങളായി എന്നിട്ടും സ്ത്രീകളുടെ അവസ്ഥ വലിയ മെച്ചമൊന്നുമില്ല. ആട്ടുകല്ലിന്റെയും വിറകടുപ്പിന്റെയും സ്ഥാനം ഗ്യാസ് സ്റ്റൗവും മിക്സിയും ഏറ്റെടുത്തുവെന്നു മാത്രം.

? കേരളീയ സമൂഹത്തിൽ പുരോഗമനം പറയുന്ന പുരുഷനു പോലും പരമ്പരാഗത സ്ത്രീയെ തന്നെ ആണു വേണ്ടത്?

മറ്റെല്ലാ സ്ത്രീകളും പുരുഷന്മാരോടു അമിതസ്വാതന്ത്ര്യത്തോടെ പെരുമാറണം എന്നാഗ്രഹിക്കുന്ന പുരുഷൻ തന്റെ ഭാര്യ സുശീലയും അടക്കമൊതുക്കത്തോടെ പെരുമാറുന്നവളുമാവണം എന്നു ശഠിക്കുന്നത് പലപ്പോഴും കണ്ടിട്ടുണ്ട്. പല സ്ത്രീകളും എന്റെ കൂടെ രണ്ടും മൂന്നും ദിവസം യാത്രകൾക്ക് വരാറുണ്ട്, അങ്ങനെയാവണം സ്ത്രീകൾ അല്ലാതെ പേടിച്ച് വീട്ടിലൊതുങ്ങരുത് എന്നു ഘോരഘോരം പ്രസംഗിച്ചിരുന്ന ഒരാൾക്ക് സ്വന്തം ഭാര്യയുടെ കാര്യത്തിൽ ഈ ഉദാര മനസ്കത കണ്ടില്ല. അയാളുടെ ഭാര്യയെ അടുത്ത സുഹൃത്തുക്കൾക്കുപോലും പരിയപ്പെടുത്താറില്ല എന്നും കേട്ടു. എല്ലാവരും ഇങ്ങനെയാവണം എന്നില്ല. എങ്കിലും പൊതുവായി ഇങ്ങനെ ഒരു മാനസികാവസ്ഥ കണ്ടുവരുന്നുണ്ട്. പുരുഷവീക്ഷണം പെട്ടെന്നു മാറുമെന്നു തോന്നുന്നില്ല.

? പുരുഷ കാഴ്ചയിൽ – സ്ത്രീ ഒരു വിപണി ഉല്പന്നം മാത്രമാണ്, പ്രത്യക്ഷ തലത്തിൽ പുരുഷന്മാർ അത് പറയാറുമുണ്ട്. ഇതിനോട് എങ്ങനെ പ്രതികരിക്കുന്നു.

കാലാകാലങ്ങളായി പുരുഷൻ സ്ത്രീയിൽ പ്രയോഗിച്ചിരുന്ന അധികാരമാണ് അവളെ ഒരു ഉല്പന്നമായി കാണാൻ പ്രേരിപ്പിച്ചിരുന്നതും. തന്റെ സുഖ ജീവിതത്തിനുപകരിക്കുന്ന വസ്തു എന്നതിൽക്കവിഞ്ഞ് പ്രത്യേകിച്ചൊരു പ്രാധാന്യവും അവൾക്കില്ല. പക്ഷേ, എല്ലാ പുരുഷന്മാരും അങ്ങനെയല്ലല്ലോ. സ്ത്രീയെ ബഹുമാനിക്കുന്ന, തുല്യത യോടെ കാണുന്ന, സ്നേഹിക്കുന്ന പുരുഷന്മാർ എത്രയോ ഉണ്ട്. സ്വന്തം അമ്മയേയും സഹോദരിമാരേയും ഭാര്യയേയും മാനിക്കുന്ന, പരിഗണി ക്കുന്ന, സ്നേഹിക്കുന്ന പുരുഷൻ ഒരിക്കലും ഇങ്ങനെ പറയില്ല.

? ഉല്പന്നം ആയിത്തീരാൻ സ്ത്രീയും മത്സരിക്കുകയല്ലേ? ശരീര വടിവുകൾ കാട്ടി നടക്കുവാനും എത്രത്തോളം ഗ്ലാമറസ് ആകാനും സ്ത്രീ തയ്യാറാവുന്നു. അതിലൂടെ സ്ത്രീ സ്വയം അവഹേളിക്കുകയല്ലേ ചെയ്യുന്നത്?

സ്ത്രീസ്വാതന്ത്ര്യം എന്ന പേരിൽ പല സ്ത്രീകളും സ്വന്തം ശരീരത്തെ ആഘോഷിക്കുകയാണ്. ശരീരത്തിന്റെ സ്വാതന്ത്ര്യം എന്ന പേരിൽ ശരീരവടിവുകൾ കാണിക്കുന്ന വസ്ത്രങ്ങൾ ധരിച്ച് പൊതുസ്ഥലങ്ങളിലേക്കിറങ്ങുന്ന സ്ത്രീയോടും പുരുഷനോടും സഹതാപമേയുള്ളൂ. അവർ സ്വയം അവഹേളിക്കപ്പെടുകയാണ്. വസ്ത്രം നമ്മുടെ ശരീരഭാഷയുടെ ഒരു ഭാഗം തന്നെയാണ്. മാന്യതയില്ലാത്ത വസ്ത്രധാരണരീതി സ്വയം അവഹേളിക്കലാണ്. അത് ആണിനും പെണ്ണിനും ബാധകമാണ്. മാന്യ തയുടെ അളവുകോലുകൾ വ്യത്യസ്തമാണ് എന്നാണ് ഇതിനെ എതിർക്കുന്നവർ പറയുന്നത്. യൂറോപ്പിലുള്ളവർക്ക് അവരുടെ വസ്ത്രധാരണരീതിയിൽ അപാകത തോന്നില്ല. എന്നാൽ സൗദി അറേബ്യയിൽ

അത് നഗ്നതാപ്രദർശനമാണ്. പിന്നെ യൂറോപ്യൻ നാടുകളിൽ ആരും പരസ്പരം ഇവിടത്തെപ്പോലെ കണ്ണുകൾകൊണ്ട് വസ്ത്രാക്ഷേപം ചെയ്യാ റില്ല എന്നതും ശ്രദ്ധിക്കേണ്ടതാണ്.

? എഴുത്തുകാരി എന്ന നിലയിൽ താങ്കൾക്ക് എഴുത്തിൽ പ്രതിസന്ധികൾ ഉണ്ടായിട്ടുണ്ടോ.

സ്ത്രീയായി എന്നതുകൊണ്ട് ഇന്ന വിഷയം എഴുതാം അല്ലെങ്കിൽ ഇന്നത് എഴുതാനാവില്ല എന്ന പ്രതിസന്ധി ഒരിക്കലും ഉണ്ടായിട്ടില്ല. എനിക്ക് എഴുതാൻ തോന്നുന്നത് ഞാൻ എഴുതുന്നുണ്ട്. അത് സമൂഹം എങ്ങനെ കാണുന്നു എന്നതിനെക്കുറിച്ച് ഞാൻ ആലോചിക്കുന്നില്ല. വായ നക്കാർക്ക് അതു സ്വീകരിക്കാനും തള്ളിക്കളയാനുമുള്ള സ്വാതന്ത്ര്യം ഉണ്ടല്ലോ. പ്ലേ സ്റ്റേഷൻ എഴുതിക്കഴിഞ്ഞപ്പോൾ സമൂഹം അതിനെ ഏതു വിധത്തിലും എടുത്തേക്കാം എന്ന് തോന്നിയിരുന്നു. പക്ഷേ, വായനക്കാ രിൽനിന്ന് ഏറ്റവും നല്ല അഭിപ്രായങ്ങളാണ് വന്നത്. സ്ത്രീ പുരുഷഭേദ മില്ലാതെ വായനക്കാർ ആ കഥയെ ഉൾക്കൊണ്ടു എന്നതിൽ വളരെ സന്തോഷം തോന്നിയിട്ടുണ്ട്. കാരണം ഒരുപാടു നന്മയുള്ള പുരുഷന്മാർ നമ്മുടെ ചുറ്റുമുണ്ട്. ഒരിക്കലും ഒരു സ്ത്രീപക്ഷ കഥയായിമാത്രം അത് വായിക്കപ്പെടരുത് എന്നുണ്ടായിരുന്നു. സ്ത്രീയെന്ന നിലയിൽ ആഗ്രഹി ക്കുന്ന സ്ഥലങ്ങളിലേക്ക് ആഗ്രഹിക്കുന്ന സമയത്ത് യാത്ര ചെയ്യാൻ, വീടു വിട്ട് താമസിക്കാൻ എനിക്കൊരുപാട് പരിമിതികളുണ്ട്. അത് എന്റെ എഴുത്തിനേയും ബാധിക്കുന്നുണ്ട്. ഒരു സ്ഥലം/സംഭവം നേരിൽ കണ്ട് എഴുതുന്ന പോലെയല്ലല്ലോ വായിച്ചും കേട്ടും അറിഞ്ഞ വിവരങ്ങൾ വച്ച് എഴുതുമ്പോൾ. സ്ത്രീക്ക് സ്വസ്ഥമായി തനിച്ചിരിക്കാനുള്ള ഇടങ്ങൾ നമ്മുടെ നാട്ടിലില്ലല്ലോ. എവിടെയെങ്കിലും ഒരു സ്ത്രീ കുറേ സമയം തനിച്ചിരിക്കുകയാണെങ്കിൽ ചുറ്റും അഭ്യുദയകാംക്ഷികൾ വന്നു തുടങ്ങും.

കുട്ടിക്കാലത്ത് ഞാൻ കരുതിയിരുന്നു വളർന്നു വലുതാവുമ്പോൾ സ്ത്രീകൾ അനുഭവിക്കുന്ന വ്യഥകളെല്ലാം മാറും പുരുഷന്മാരെപ്പോലെ സ്വതന്ത്രമായ ഒരുലോകം സ്ത്രീകൾക്കുമുണ്ടാകും എന്നെല്ലാം. ഒരുപാട് സ്വാതന്ത്ര്യം ആഗ്രഹിക്കുന്ന വ്യക്തിയാണു ഞാൻ. വളർന്നു വലുതായ പ്പോൾ സ്ത്രീകൾ കൂടുതൽ പഠിക്കുന്നത്, വ്യത്യസ്തതയുള്ള ജോലി കൾ ചെയ്യുന്നത്, വിവാഹത്തിലും ജീവിതത്തിലും സ്വന്തമായ തീരുമാ നങ്ങളെടുത്തു മുന്നേറുന്നത് എല്ലാം കണ്ടു. പക്ഷേ, സാമൂഹ്യമായ സുര ക്ഷിതത്വം അവൾക്ക് തീരെയില്ലാതായി എന്നത് നടുക്കുന്ന ഒരു സത്യ മാണ്. എന്റെ ഉമ്മ അനുഭവിച്ചിരുന്ന സാമൂഹികമായ സുരക്ഷിതത്വവും കരുതലും സഞ്ചാരസ്വാതന്ത്ര്യവും അവരേക്കാൾ ഒരുപാടു വിദ്യാഭ്യാസം കിട്ടിയ, ജോലി ചെയ്തു ജീവിക്കുന്ന എനിക്കു കിട്ടുന്നില്ല എന്ന് മനസ്സി ലാക്കാൻ കഴിയുന്നു. മറ്റെന്തു നേട്ടങ്ങൾ ഉണ്ടാക്കിയാലും അതെല്ലാം ഈ ഭീതിയിൽ മാഞ്ഞുപോകുന്നു.

? എഴുത്തുകാരിക്കു സാമൂഹ്യപ്രതിബദ്ധത വേണമെന്നു ശഠിക്കുന്ന തുപോലെ പല കഥകളും അത്തരത്തിൽ വായനക്കാരനെ ബോധി പ്പിക്കുന്നു. എഴുത്തിലൂടെ മാറ്റങ്ങൾ എങ്ങനെ സാദ്ധ്യമാകാനാണ്?

പ്രത്യേക വിഷയത്തെക്കുറിച്ച് എഴുതണം എന്നു കരുതി കഥയെ ഴുതാറില്ല. ചില സംഭവങ്ങൾ കുറേദിവസം മനസ്സിൽ തങ്ങിക്കിടക്കു മ്പോൾ എവിടെയെങ്കിലും എഴുതി വയ്ക്കുകയാണ് ചെയ്യുന്നത്. അപ്പോ ഴുള്ള മാനസികാവസ്ഥയെന്തോ അതിനനുസരിച്ചാണ് എഴുത്ത്. കഥ എങ്ങനെ വായിക്കപ്പെടുമെന്നൊന്നും ആലോചിക്കാറില്ല. ഈ കഥ എഴു തുന്നതുകൊണ്ട് ആർക്കെങ്കിലും എന്തെങ്കിലും ഗുണമുണ്ടോ എന്നും ചിന്തിക്കാറില്ല. സമൂഹത്തിലെ അപഭ്രംശങ്ങൾ എല്ലായ്പ്പോഴും മനസ്സു വേദനിപ്പിക്കാറുണ്ട്. അതുകൊണ്ടാവാം മിക്ക കഥകളും അങ്ങനെ സാമൂഹ്യപ്രതിബദ്ധതയുള്ള വിഷയങ്ങൾ ആയിമാറുന്നത്. എഴുത്തിലൂടെ ലോകത്തോടുള്ള വിയോജിപ്പ് എനിക്കു പ്രകടിപ്പിക്കാം. കഥവായിച്ച് സമൂഹം മാനസാന്തരപ്പെടുമെന്നു കരുതുന്നില്ല.

? ഓട്ടോഗ്രാഫ് എന്ന കഥയെ മുൻനിർത്തി ഖദീജമുംതാസ് മാധവിക്കു ട്ടിയോടുള്ള സാമ്യത്തെ ചൂണ്ടിക്കാട്ടുന്നു. സ്വാധീനിച്ച എഴുത്തുകാരി മാധവിക്കുട്ടി ആണോ.

മാധവിക്കുട്ടിയുടെ കഥകളേക്കാൾ, നോവലുകളേക്കാൾ എനി ക്കിഷ്ടം അവരുടെ ഓർമ്മക്കുറിപ്പുകളും കവിതകളുമാണ്. അവരുടെ ഓർമ്മക്കുറിപ്പുകൾ വായിക്കുമ്പോൾ വളരെ പരിചയമുള്ള ഒരു വ്യക്തി യാണെന്ന തോന്നലാണ് ഉണ്ടായിരുന്നത്. അതിൽ അവരെ വെല്ലാൻ ആരുമില്ലതാനും. 'നെയ്പായസം', 'പക്ഷിയുടെ മരണം', അതെല്ലാം പ്രിയപ്പെട്ട കഥകളാണ്. പക്ഷേ, എന്നെ അത്ഭുതപ്പെടുത്തിയ എഴുത്തു കാരി പി വത്സലയാണ്. അവരുടെ സ്ത്രീ കഥാപാത്രങ്ങൾ. മണ്ണിന്റെ മണവും പാറയുടെ ഉറപ്പുമുള്ള സ്ത്രീകളെ സൃഷ്ടിക്കാൻ അവർക്കു കഴിഞ്ഞിട്ടുണ്ട്. അതേസമയം തനിനാടൻ വീട്ടമ്മമാരാണ് അവരെല്ലാം.

? എഴുത്തിൽ പ്രകടമായ മാറ്റങ്ങൾ ഉണ്ടായത് എങ്ങനെ ആണ് – വൈ ടു കെയിൽനിന്നും നീലലോഹിതത്തിൽ എത്തുമ്പോൾ വലിയ ക്യാൻവാസിലേക്കുള്ള മാറ്റങ്ങൾ കാണാം. ഇത് സാദ്ധ്യമായത് എങ്ങനെ.

എന്റെ എഴുത്തു ജീവിത്തിന് വ്യക്തമായും രണ്ടു ഘട്ടങ്ങളുണ്ട്. വൈ ടു കെയിലെ പത്തു കഥകൾ ഞാൻ വിദ്യാർത്ഥിനിയായിരിക്കേ എഴുതിയതാണ്. അക്കാലങ്ങളിൽ എനിക്കു ചുറ്റുമുള്ള അന്തരീക്ഷം ഇത്ര കലുഷമായിരുന്നില്ല. പിന്നെ കൗമാരം കടക്കുന്ന ഒരു പെൺകുട്ടിയുടെ കണ്ണിലൂടെയാണ് അന്ന് ലോകത്തെ നോക്കിക്കണ്ടിരുന്നത്. സ്വാഭാവിക മായും കുറേ ഭാവനകളും ഭ്രമകല്പനകളും വ്യഥകളും ഏകാന്തതയും പ്രണയവും വിരഹവുമെല്ലാം ആ കഥകളിൽ നിറഞ്ഞു നില്ക്കുന്നുണ്ട്. വൈ ടു കെ ക്കുശേഷം കാര്യമായി ഒന്നും എഴുതാതെ കുറേ വർഷ

ങ്ങൾ കടന്നുപോയിട്ടുണ്ട്. ജോലി കിട്ടിയതിന്റെ തിരക്കുകളും മറ്റുമായി വായനയും കുറഞ്ഞു പോയിരുന്ന ആ കാലത്ത് ഏതാനും ചെറുകഥ കൾ മാത്രമേ എഴുതിയിരുന്നുള്ളൂ. പിന്നീട് എഴുത്തിൽ ഇന്റർനെറ്റ് കട ന്നുകയറ്റവും ബ്ലോഗർമാരുടെ ഇടപെടലും എല്ലാം ചേർന്ന് മറ്റൊരു അന്ത രീക്ഷമായിരുന്നു. അക്കാലത്ത് ഞാൻ പൂർണ്ണമായും എഴുത്തിൽ നിന്ന കന്നു നിന്നിരുന്നുവെന്നു പറയാം. കഴിഞ്ഞ കുറച്ച് വർഷങ്ങളായി സാമൂ ഹികമായ മൂല്യച്യുതികൾ വർദ്ധിച്ചു വരുന്ന അവസ്ഥ മുമ്പെന്നതിനേ ക്കാൾ രൂക്ഷമായി. വളരെ വലിയ ഒരു ഇടവേളയ്ക്കുശേഷം എഴുതിയ താണ് 'ശേഷം ചിന്ത്യം' എന്ന കഥ. വൃദ്ധയായ ഒരു സ്ത്രീ മകന്റെ പ്രായമുള്ള യുവാവിന്റെ പീഡനത്തിനിരയായി കൊല്ലപ്പെട്ടത് എന്റെ ജോലിസ്ഥലത്തുള്ള മലയോരപ്രദേശത്തായിരുന്നു. ആ കഥയിൽ എനിക്ക് പണ്ടെഴുതിയിരുന്നപോലെ പ്രകൃതിയെയും ഏകാന്തതയെയും വിഭ്രമങ്ങളെയുംകുറിച്ച് എഴുതാൻ കഴിഞ്ഞില്ല. അതിൽ പച്ചയായ ഭാഷ മാത്രമാണ് ഉപയോഗിച്ചത്. പിന്നീട് തുടർച്ചയായി എഴുതി. അവയെല്ലാം എന്റെ ആദ്യകാലകഥകളെപ്പോലെ ആർദ്രതയുള്ള ഭാഷയായിരുന്നില്ല. ഞാനറിയാതെ തന്നെ എന്റെ എഴുത്തു ശൈലി മാറിയിട്ടുണ്ടെങ്കിൽ അത് ചുറ്റുപാടുകളുടെ സ്വാധീനം കൊണ്ടുമാത്രമാണ്.

? സമകാലിക സാഹിത്യരംഗത്ത് ഒട്ടനവധി എഴുത്തുകാരികളാണ് കടന്നു വരുന്നത്. കഥകൾ പ്രസിദ്ധീകരിക്കുന്നതിനു പഴയ കാലത്തെപ്പോലെ പ്രതിസന്ധികളൊന്നുമില്ല. ഇത്തരമൊരു സാഹചര്യ ത്തിൽ സ്ത്രീ എഴുത്തുകാരികളുടെ ഇടങ്ങൾ/സാധ്യതകൾ എന്തൊ ക്കെയാണ്.

എഴുത്തിലെ വിഭാഗീകരണങ്ങളോട് എനിക്കു യോജിപ്പില്ല. എഴു തുന്നത് വ്യക്തിയാണ്. എഴുതുമ്പോൾ ഒരാൾക്ക് ഭിന്നവ്യക്തിത്വമാണ്. ചിലപ്പോൾ പുരുഷനായി, ചിലപ്പോൾ സ്ത്രീയായിട്ടാണ് ഒരാൾ എഴു തുന്നത്. പുരുഷവർഗ്ഗത്തെ മുഴുവൻ ആക്ഷേപിക്കുന്ന രീതിയിലുള്ള പെണ്ണെഴുത്തിനോട് എനിക്ക് താല്പര്യമില്ല. സ്ത്രീയുടെ അനുഭവങ്ങ ളിൽ നിന്നെഴുതുന്നത് പെണ്ണെഴുത്താണെങ്കിൽ പുരുഷൻ അവന്റെ അനു ഭവങ്ങളിൽ നിന്നെഴുതുന്നത് ആണെഴുത്താവണ്ടേ?

Printed by Libri Plureos GmbH in Hamburg,
Germany